डोंगराएवढा

ज्ञानपीठ पारितोषिकविजेते कन्नड कादंबरीकार

डॉ. कोटि शिवराम कारंत

यांच्या

'बेट्टद जीव'

या सुप्रसिद्ध कादंबरीचा अनुवाद

अनुवाद

उमा कुलकर्णी

मेहता पब्लिशिंग हाऊस

Please contact us at **Mehta Publishing House,** 1941, Madiwale Colony, Sadashiv Peth, Pune 411030. ✆ +91 020-24476924 / 24460313
Email : info@mehtapublishinghouse.com
production@mehtapublishinghouse.com
sales@mehtapublishinghouse.com
Website : www.mehtapublishinghouse.com

BETTAD JIV by Dr. KOTI SHIVRAM KARANT

© Malini Mallya

Translated into Marathi Language by Uma Kulkarni

डोंगराएवढा / अनुवादित कादंबरी

अनुवाद : उमा कुलकर्णी
१०९८/११ ब, पार्थ हेरिटेज, मॉडेल कॉलनी, पुणे १६.

मराठी अनुवादाचे व प्रकाशनाचे हक्क मेहता पब्लिशिंग हाऊस, पुणे

प्रकाशक : सुनील अनिल मेहता, मेहता पब्लिशिंग हाऊस,
१९४१, सदाशिव पेठ, माडीवाले कॉलनी, पुणे ३०

अक्षरजुळणी : इफेक्ट्स, २१/६ ब, आयडिअल कॉलनी, कोथरूड, पुणे ३८.

मुखपृष्ठ : चंद्रमोहन कुलकर्णी

प्रथमावृत्ती : १९८५ / जानेवारी, १९९८ / पुनर्मुद्रण : सप्टेंबर, २०१७

P Book ISBN 9788171617661

E Book ISBN 9789386888426

E Books available on : play.google.com/store/books
m.dailyhunt.in/Ebooks/marathi
www.amazon.in

'बेट्टद जीव'च्या
अकराव्या आवृत्तीची प्रस्तावना

ही कादंबरी आज अकराव्या वेळी छापखान्यात जात आहे; पण यात पूर्वीचे 'प्रास्ताविक' नाही. ही कादंबरी मी माझे मित्र शुंटिकोप मंजुनाथ यांच्या घरी दहा दिवस ठाण मांडून लिहून काढली. तिथे जाताना संपाजे घाटात आमची बस बंद पडली होती; तेव्हा बसमधून खाली उतरून सभोवताली नजर फिरवत असताना 'बेट्टद जीव' ('डोंगराएवढा') हे नाव सुचलं. कादंबरी लिहायची – तीही याच नावानं – ऊर्मी दाटून आली. माझं त्या वेळी लग्न झालं नव्हतं. माझं वय तेव्हा बत्तीस वर्षांचं होतं, हे कादंबरी वाचताना लक्षात येईलच.

या कादंबरीतील गोपालय्या हे व्यक्तित्व रंगवण्यास जबाबदार झाली ती घाटावरच्या सुब्रह्मण्यच्या सीमेवरची कट्टद गोविंदय्या ही थोर व्यक्ती! त्यांचं बोलणं, वागणं, सच्चेपणा, धीरोदात्त व्यक्तित्व हे या कादंबरीच्या प्रेरणास्थानी आहे.

गेल्या कित्येक दशकांत मी त्यांना भेटलोच नव्हतो. ते हयात आहेत की नाही, हेही मला ठाऊक नव्हतं. १९७८ मध्ये कुणीतरी सांगितलं, 'ते अजूनही हयात आहेत.' मला आश्चर्य वाटलं! त्यांना भेटण्याची आस वाढली.

१९७९ मध्ये कासरगोड येथील त्यांच्या जावयाच्या घरी त्यांची भेट झाली. त्याआधी महिनाभर त्यांच्या पत्नी निवर्तल्या होत्या. त्याच वर्षी सुब्रह्मण्यला झालेल्या माझ्या सत्काराला ते अध्यक्ष म्हणून लाभले. अविस्मरणीय घटना ही! त्या वेळी त्यांनी मला गावी बोलावलं; पण त्या वेळी मला वेळ नव्हता.

त्यानंतर महिन्याभरातच ते कालवश झाल्याचं समजलं.

माझ्या पुत्तूरच्या दीर्घ वास्तव्यात त्यांच्याशी माझी चांगली जानपहचान झाली. माझ्या माहितीतील ज्या मोजक्या व्यक्तींनी जीवन खऱ्या अर्थानं सार्थकी लावलं, त्यांपैकी हे एक श्रेष्ठ व्यक्तित्व!

शिवराम कारंत
७-८-१९८०

एक

ऊन चढत होतं.

दिवसभर अनोळखी प्रदेशात पायपीट करून मी थकून गेलो होतो. घामाघूम झालो होतो. पहाटेच एक खेडं मागं टाकून मी निघालो होतो. कामासाठी म्हणून दिवसभर भटकून सुब्रह्मण्यला आलो. समोर दिसलं त्या हॉटेलात शिरलो आणि तिथं जे पेय मिळालं त्याला कॉफी मानून थोडा तृप्तही झालो. तसा तृप्त होण्याचा प्रश्नच नव्हता म्हणा! भुकेल्या पोटी काहीतरी पडलं एवढंच!

त्या गावी माझ्या ओळखीचं कुणी नव्हतं, अशीही गोष्ट नव्हती; पण काम संपवण्याची घाई असताना अवेळी कुणाच्यातरी घरी जाण्याची आणि वेळ गमावण्याची माझी तयारी नव्हती; त्यामुळंच तर हॉटेलमधल्या बेचव कॉफीला अमृत मानण्याची वेळ आली होती माझ्यावर!

हॉटेलच्या बाहेरच्या बाजूला ठेवलेल्या एका खाटल्याकडे माझं लक्ष गेलं, तसं मी हॉटेलच्या मालकाला विचारलं, "मी इथं झोपू का थोडा वेळ?"

"झोपा हवं तर! माझं काय जातंय?" हॉटेलमालक उत्तरला. गाव सदा पेंगुळलेलं; त्यामुळे या गावात असं उत्तर ऐकून मला मुळीच आश्चर्य वाटलं नाही आणि मला तरी दुसरं उत्तर कुठं हवं होतं? मी माझं अंग तिथल्या खाटल्यावर टाकलं.

जाग आली. घड्याळात पाहिलं तर चार वाजून गेले होते. म्हणजे इथून बारा मैलांवर असलेल्या पंज गावी अंधार होण्याच्या आधी पोहोचणं अजून शक्य होतं. हा विचार मनात येताच मी उठलो आणि निघालोच.

डोंगराच्या कुशीत, घनदाट, उंच वृक्षांच्या गर्द आणि थंडगार सावलीतून चालताना मला बरं वाटत होतं; पण माझ्यापर्यंत किरणं न पोहोचवता सूर्य माझी फसवणूक करत होता हे कसं लक्षात येणार? मी जेमतेम तासभर चाललो असेन

नसेन, तोच सूर्याची पश्चिम किरणं मला जाणवू लागली.

एवढ्यात दिवस संपला? मी गडबडीत घड्याळ पाहिलं तर माझ्या नतद्रष्ट घड्याळानं असहकार पुकारलेला!

म्हणजे मी गाव सोडलं तेव्हातरी घड्याळ सुरू होतं की नाही कोण जाणे!

पुन्हा माघारी सुब्रह्मण्यला जाण्याची माझी तयारी नव्हती आणि इथं तर झाडांचा गारवा आणि जमिनीचा थंडावा रानातून येणाऱ्या थंडगार रात्रीची सूचना देत होता!

आता माझ्या सगळ्या विवंचना एकवटल्या होत्या, त्या रात्री आसरा घ्यायला एखादी झोपडी किंवा ओसरी मिळेल की नाही या विचारावर. या काळजीमुळे आणखी एक तोटा झाला! माझा चालण्याचा वेगही मंदावला! माझी पावलं तासाला दोन मैल एवढं अंतरही काटेनाशी झाली.

कुणाच्यातरी मोठमोठ्यानं चाललेल्या गप्पा कानी येताच मी मागं वळून पाहिलं. तिथलेच दोन रहिवासी काखोटीला कोंबडं मारून गप्पा मारत येत होते. त्यांपैकी एकाच्या हाताला मुंडकं नसलेल्या धडाची पिसं नाचत होती. कोंबड्यांच्या झुंजीत विजयी झाल्यामुळे दोघंही आपल्याच नादात चालले होते. त्यांचं माझ्याकडे लक्षच नव्हतं. ते तसेच माझ्या शेजारून पुढे गेले. मी तरी त्यांना आपणहोऊन का नाही हटकलं?

समोर पसरलेल्या निबिड अरण्याकडे लक्ष जाताच क्षणभर माझा जीव दडपल्यासारखा झाला. मी त्या दोघांना हाक मारली, ''ओ पाव्हणं! इथनं पंजगाव किती दूर राहिलं?''

''पंज? इकडं कुठं पंज? हा तर गुत्तिगारुचा रस्ता नाही का?'' त्यांच्यापैकी एकजण म्हणाला.

मी घाबरून गेलो.

बहुतेक त्यांनी हे जाणलं असावं. ते थांबले. माझा उडालेला गोंधळ पाहून त्यांनी विचारलं, ''कुठे जायचंय तुम्हाला?''

''पंजला!''

''अहो, तो रस्ता तर सुब्रह्मण्यहूनच वेगळा फुटतो. तिथंच रस्ता चुकला तुमचा! आता तुम्हाला सुब्रह्मण्यलाच जायला हवं!'' त्यांनी फुकटचा सल्लाही दिला!

काय बोलावं ते मला सुचेचना! अखेर मी विचारलं, ''असंच थेट गेलं तर कुठे जातो हा रस्ता?''

एव्हाना सारी दमणूक परमावधीच्या निराशेत रूपांतरित झाली होती.

''गुत्तिगारुला!''

''अजून किती लांब आहे गुत्तिगारु?''

"अजून सहा-आठ मैल! आणि आता अंधार झालाय. रस्त्यात एकही खोपटं नाही. रात्रीच्या वेळी असं एकट्या-दुकट्यानं जायचा रस्ता नव्हे हा! आणखीन म्हणजे गेला महिनाभर ढाण्या वाघाचा धुमाकूळ चाललाय! अहो, आमच्यासारख्या इथल्या रहिवाशांनाही भीती वाटतेय इथं फिरताना!"

ते दोघं चालताना पावलांचा इतका का आवाज करत होते, याचा आता उलगडा झाला मला! काय करावं? मीही त्यांच्यासारखाच ढांगा टाकत त्यांच्याबरोबर निघालो.

खरं तर आजूबाजूला अजून थोडा उजेड होता; पण माझ्या डोळ्यांसमोर मात्र काळोख पसरला होता. आता तर मला आजूबाजूनं हत्ती चालून येताहेत, असं वाटू लागलं. वाघाचं भय तर होतंच मनात. या सगळ्यांचा परिणाम म्हणून माझं हृदय ढगाच्या गडगडाटासारखा आवाज करत असल्याचा मला भास होऊ लागला!

"जवळपास एकही गाव नाही?"

"गाव कुठलं? भेटेल एखादं खोपटं! पण असली खोपटं म्हणजे काय रात्रभर विश्रांती घेण्याची ठिकाणं थोडीच असतात?"

"तुमचं गाव कोणतं?"

त्यांनी काहीतरी सांगितलं; पण ते गावाचं नाव वाटलंच नाही मला. फार तर एखाद्या वाडीचं असावं! शिवाय ते लक्षात राहण्यासारखंही नव्हतं.

"तुमच्याबरोबर आलो तर रात्री झोपण्यापुरती जागा द्याल?" मी इतका दीनवाणा झाल्याचं माझ्याही लक्षात आलं नव्हतं! आणि लक्षात येऊन तरी मी काय करणार होतो म्हणा!

"अय्यो! तुम्ही तर ब्राह्मण दिसता! आम्ही गौड लोकं! तुम्हाला झोपण्यासाठी एखादं कांबळं, चटई आणि उशाला काहीतरी देण्याएवढी आमची कुठं ऐपत आहे? शिवाय तुम्ही जेवणार कुठं? त्याशिवाय झोप तरी कशी येणार? तुम्ही शहरचे दिसता!"

माझ्या प्रश्नाला उत्तर देण्याऐवजी त्यांनी माझीच उलटतपासणी सुरू केलीय, असं मला वाटलं. त्यांनी एकमेकांकडे पाहिलं. अखेर त्यातल्या एकाला माझी दया आली असावी.

तो म्हणाला, "चला निघू या चटकन. आमच्या घरी तर तुम्हाला राहता येणार नाही. एक चूड पेटवून घेतो आणि तुम्हाला आमच्या भट्टांच्या घरी पोहोचवून देतो."

"कुणाच्या घरी?"

"केळबैलूच्या गोपालय्यांच्या घरी. इथंच जवळ आहे. दोन मैलही अंतर नाही. खातं-पितं घर आहे! स्वत: राबतात ना! म्हणून देवाच्या दयेनं काही कमी नाही. दोघंच जण आहेत घरात. कधीही कुणी गेलं तरी जेवणा-खाण्याची अडचण नाही."

"मला जेवण नको हो. रात्रभर विश्रांती घेऊन सकाळी गुत्तिगारुला जाईन. तिथनं

सुळ्य किंवा बळ्ळारीला जाऊन बस पकडली की सुटेन एकदाचा या चक्रव्यूहातून! वाहनं नसलेल्या या भागात येऊन चांगलाच पस्तावलो मी!''

''खरंय तुमचं! आमच्या कुळकुंदच्या जत्रेसाठी एक-दोन गाड्या फिरत असतात. त्याही या रस्त्याला नव्हे! पंजच्या रस्त्याला. आता इथं कुठलंच वाहन नाही. पायीच जावं लागेल तुम्हाला! आणि पायी जाणाऱ्याला सुळ्यही तेवढंच आणि बळ्ळारीही तेवढंच!''

एव्हाना माझे पाय माझा अख्खा जीवच खात होते. गेल्या दोन दिवसांत भरपूर पायपीट घडली होती. आता कुठंतरी अंग टाकण्यासाठी जीव व्याकुळला होता. घरच हवं असा माझा मुळीच आग्रह नव्हता. झाडाच्या आडोशाला आडवा व्हायलाही मी तयार होतो. तहान-भुकेचा तर पार विसर पडला होता. या रानातल्या श्वापदांची भीती म्हणून कुठंतरी माणसांत जाऊन पडावं असं वाटत होतं एवढंच!

त्याच ओढीनं त्या दोघांच्या पाठोपाठ मी निघालो होतो. ते वळले की मीही वळत होतो.

सुमारे तासभर तरी चालणं झालं असावं. राजमार्ग तर कधीच मागं पडला होता. कच्चा रस्ताही संपला. आता पाऊलवाटेनं चालू लागलो. माझे दोघेही मार्गदर्शक तिथंच जन्मून वाढलेले असल्यामुळे त्या काळोखातही वनचराप्रमाणे झाडं-झुडपं आणि मुळं यांचा अडसर बाजूला सारत झपाझप चालले होते. त्यांच्या गप्पाही सुरूच होत्या. इतक्या जवळून चालत असतानाही शंभर फुटांवर ऐकू येईल एवढ्या जोरात त्यांच्या गप्पा चालल्या होत्या. हे चोर तर नसतील, असंही मला वाटून गेलं! अखेर मीच स्वत:ची समजूत घातली, वाघाच्या भीतीपोटी ते असं मोठ्यानं बोलत असावेत.

पुढचा गौड थबकला, ''अण्णा, उद्या भेटतो तुला!'' तो म्हणाला. नंतर मागं माझ्याकडे वळून म्हणाला, ''अण्णेरे, माझं घर आलं. तुम्ही आमच्या देरण्णाबरोबर जा. उद्या भेटू या.''

असं म्हणत म्हणत क्षणार्धात तो दिसेनासा झाला. तो ज्या दिशेला दिसेनासा झाला तिथं शंभरेक फुटांवर एक दिवा मिणमिणत होता. तेच त्याचं घर असावं.

मी देरण्णामागोमाग शे-दोनशे पावलं चाललो. नंतर डोंगराळ रस्ता सोडून आम्ही शेताच्या बांधावरून जाऊ लागलो. दवानं ओलसर झालेली जमीन माझ्या टाचांना झोंबत होती. त्या अंधारात शेताच्या वेड्यावाकड्या बांधांवरून धावणाऱ्या रस्त्यावरून देरण्णाच्या पाठोपाठ धावता धावता माझी त्रेधातिरपीट उडत होती.

अखेर हा प्रवासही संपला. समोर एक पाण्याचा प्रवाह होता. तो ओलांडण्यासाठी दोन सुपारीची झाडं टाकून साकव तयार केला होता.

''जरा जपून!'' देरण्णा मला म्हणाला आणि त्या साकवावरून पलीकडं गेला.

मीही जीव घट्ट मुठीत धरून उभा राहिलो! पण शेवटी बसलोच खाली. अखेर धैर्य एकवटून ते चार गजांएवढं अंतर चतुष्पाद प्राण्यांप्रमाणे काटलं आणि पुन्हा मनुष्य होऊन दोन पायांवर उभा राहिलो!

आता मी जिथं उभा होतो तेच देरण्णा गौडाच्या घराचं अंगण होतं. अंगणात पाऊल टाकता टाकताच देरण्णानं हाक दिली होती, "बाळ! शेषा! एक चूड पेटव पाहू!"

एक लहानगा मुलगा झोपडीबाहेर डोकावला आणि पुन्हा नाहीसा झाला.

खरं तर मी इतका दमलो होतो की, आणखी चालण्याचा विचार मनाला असह्य वाटत होता.

"इथंच मला थोडी जागा द्या. मला खाणं नको आणि पिणं नको. एक चटई असली तर द्या. नसली तरी चालेल!"

मी म्हणालो खरा, पण त्याचं उत्तर स्पष्टच होतं. टीचभर खोपटं तर माझ्यासमोरच होतं. आतून ते कसं होतं देव जाणे! बाहेर भाताची रास पडली होती. अंगणात कसलाच आडोसा नव्हता. आता भात सडून तांदूळ होईपर्यंत ती जागा कसल्याच उपयोगाची नव्हती!

देरण्णानंही तेच सांगितलं.

एव्हाना शेषानं चूड पेटवून आणली. त्या उजेडात मी माझ्या मार्गदर्शकाचा – देरण्णाचा – भव्य काळा देह, भुरकट मिशा आणि लाल तारवटलेले डोळे यांचा प्रथमच परिचय करून घेत होतो. त्याचवेळी देरण्णानं उच्छ्वास सोडला आणि मला परिस्थितीची थोडी कल्पना आली!

"का घाबरता? गोपालय्या म्हणजे सोनं आहे सोनं! घरी आलेल्या पाहुण्यांना देव मानून खाऊ-पिऊ घालतात ते! इथंच घर आहे त्यांचं! इथनं हाळी दिली की त्यांच्या बागेत ऐकू येते," असं म्हणत तो चालू लागला.

तो एवढा तरी शुद्धीवर आहे हे माझं सुदैव समजून मी त्याच्या पाठोपाठ निघालो!

चुडीच्या उजेडामुळे डोंगराच्या एका झाडी नसलेल्या भागात आपण प्रवेश करत असल्याची जाणीव मला झाली.

रस्ता अधिकच चिंचोळा झाला. आजूबाजूच्या डोंगरातून येणाऱ्या पाण्याच्या प्रवाहामुळे निर्माण झालेली एक वाट खाली उतरली होती. अरुंद वाटेमुळे आजूबाजूच्या दगडांना अंग घसटत होतं. उतरत्या ठिसूळ पाऊलवाटेवर पावलं ठरत नव्हती.

"जरा जपून! जनावरांचा रस्ता हा! पावलं घसरतात. जरा सावकाश!" असं म्हणत त्यानं चूड आपल्या डोक्यावर धरली; त्यामुळे गळ्यापर्यंत अंधार भरला गेला. मी अगदी सावधपणे पावलं टाकत होतो. कसाबसा तो प्रपात उतरून मी

त्याच्या मागोमाग खाली आलो. समोर पुन्हा एक सुपारीच्या झाडांचा साकव सामोरा आला. आता चुडीच्या उजेडात त्याचं नेमकं स्वरूप दिसलं! पुन्हा एकवार मी सर्कशीतल्या दिखाऊ पहिलवानाप्रमाणे नव्हे, सासुरवाडीला जाणाऱ्या जावयाप्रमाणे चार पायांवर तो साकव ओलांडला!

आता आम्ही एका पोफळीच्या बागेत होतो. सुब्रह्मण्यच्या आजूबाजूची सगळी थंडी त्या बागेतच मुक्कामाला आली होती की काय कोण जाणे! थोडं पुढे गेल्यावर आम्ही एका न्हाणीघराजवळ गेलो.

झुळझुळ वाहणाऱ्या पाण्याच्या पाटाशेजारी ते न्हाणीघर होतं. न्हाणीघराच्या चुलाणाच्या जाळापाशी एक प्रौढ गृहस्थ बसले होते. त्यांनी चुडीचा उजेड पाहिला असावा. ते उठून उभे राहिले. पावलांच्या चाहुलीवरून माणसं ओळखल्याप्रमाणे त्यांनी ओरडून विचारलं, "कोण? देरण्णा का? कुणा परगावच्या पाहुण्यांना आणलंस वाटतं?"

एव्हाना आम्ही त्यांच्याजवळ पोहोचलो होतो. माझ्यासारख्या अपरिचिताला आदरानं नमस्कार करत "या!" म्हणत ते आपल्या घराच्या ओसरीवर घेऊन गेले.

भव्य देहयष्टी, डोक्यावरचे पिकलेले केस, अर्धवट पिकलेले दाढी-मिशांचे खुंट, कमरेला कसलेला पंचा, लव नसलेल्या अंगाला भरपूर तेल चोपडलेले. ते चुलाणापाशी उभे होते तेव्हा मला सांजदेवतेप्रमाणे भासले. हेच ते गोपालय्या-देरण्णाच्या गावचे धनी!

ती भव्य देहयष्टी आणि शांत, गंभीर मुखचर्या पाहून माझ्या तोंडून केव्हाच 'नमस्कार' गेला होता. मी ओसरीवर चढण्याआधी त्यांनी एक चटई अंथरली आणि आत हाक दिली, "अगं ए! तांब्याभर पाणी आण पाहू!"

मी वर चढताच मला म्हणाले, "या! इथं बसा! थांबा! प्रथम हात-पाय धुवून घ्या! जरा बरं वाटेल! चालून बरेच थकलेले दिसता! काय घेणार?"

त्यांच्या पत्नी सुमारे पन्नासएक वर्षांच्या असाव्यात. त्यांनी छोटी चकचकीत पितळी कळशी गरम पाण्यानं भरून आणून दिली. काही क्षण त्या माझ्याकडे पाहत उभ्या राहिल्या. कसल्याशा विचारात त्या मग्न असाव्यात. क्षणार्धात त्यांचा चेहरा निराशेनं झाकोळला. त्या आत निघून गेल्या.

या अवधीत देरण्णा मोठ्या उत्साहात मी भेटल्यापासून इथं येईपर्यंतची हकिकत सविस्तरपणे सांगत होता. सगळं सांगून झाल्यावर तो म्हणाला, "आता ही जबाबदारी मात्र तुमची! बिचाऱ्या या ब्राह्मणाच्या पोटापाण्याची तुम्ही व्यवस्था करा म्हणजे ते पुण्य माझ्याही वाट्याला येईल!"

"छे! देरण्णा, त्यातलं फार तर अर्धं पुण्य तुझ्या नावावर ट्रान्स्फर करायला सांगेन मी देवाला!" ते हसत म्हणाले.

मी ओसरीवरून खाली उतरलो. कढत पाण्यानं पाय धुतले. त्या गरम पाण्यामुळे पावलांचा थकवा एकदम निम्म्यानं कमी झाला.

देरण्णा ओसरीवर बसून इकडच्या तिकडच्या गप्पा मारत, पानाचं तबक ओढून पान खाण्यात गुंतला होता.

गोपालय्यांनी मला विचारलं, "आपल्याला पान खायची सवय आहे? मी रोज रात्रीही अंघोळ करतो. पटकन अंघोळ करून येऊ? आपल्यालाही अंघोळ करायची असेल तर पाणी तापलंय. आपला थकवा पार पळून जाईल."

मी माझा शर्ट काढून तिथल्या खुंटाळ्यावर ठेवला होता. माझं अंग घामेजलं होतं. तरीही अंगातला शर्ट काढल्यामुळे तिथला गारठा अंगाला झोंबला. गरम पाण्याच्या अंघोळीनं थकवा कमी होईल हे पटलं तरी त्यानंतर थंडी वाजेल या भीतीनं मी म्हणालो, "नको, आता नको गरम पाणी. फक्त एक चटई आणि उशी मिळाली तरी खूप झालं! सकाळपर्यंत एक मस्त झोप काढीन!"

गोपालय्या हसले. "हे बरंय तुमचं! परगावहून दमूनभागून आलात! उपाशीच झोपायचं तर त्यासाठी आमचं घर तरी कशाला हवं? खरंय की नाही देरण्णा? तुम्ही बसा. मी आलोच एवढ्यात अंघोळ करून. स्वयंपाक तयार आहे. तुमच्यासाठी म्हणून वेगळं काही केलेलं नाही." असं म्हणून ते न्हाणीघराकडे निघाले.

त्यांच्या पाठोपाठ देरण्णाही निघाला. त्याला गोपालय्या पुन्हा एकदा माझ्याविषयी काहीतरी विचारत होते. मला त्यातलं सगळंच अस्पष्ट ऐकू येत होतं. माझे कान शाबूत होते; पण त्यात ऐकण्याची शक्ती शिल्लक नव्हती! चटईवर बसल्या बसल्या मी खांबावर रेललो.

"बिचारे! किती लांबवर चालत आलेत कोण जाणे! जागं केलं तर घासभर जेवून घेतील!" कुणीतरी माझ्याजवळ उभं राहून बोलत होतं.

पुन्हा माझ्या कानांवर शब्द आले, "अगदी आपल्या बाळाचा – माणिचाच चेहरा, तेच वय!"

"पान वाढलंय, जेवायला उठता का?" गोपालय्या माझा दंड हलवत म्हणाले.

"अं –" मला संपूर्ण जाग यायला काही क्षण लागले.

"दुपारचे कुठून निघालात? दुपारचं जेवण कुठं झालं?" गोपालय्यांनी पुन्हा विचारलं.

"सुब्रह्मण्यहून निघालो होतो – जेवण नाही झालं."

"अय्यो –!" असं म्हणत त्यांनी माझा हात धरला आणि मला लगबगीनं स्वयंपाकघराकडे घेऊन निघाले. उठता उठता आम्हा दोघांचंही लक्ष तिथे ठेवलेल्या गुळाच्या खड्याकडे आणि पाण्याच्या तांब्याकडे गेलं.

"अरेच्चा! हे गूळ-पाणी घ्यायचं राहूनच गेलेलं दिसतंय झोपेच्या भरात!"

गोपालय्या हळहळले.

आम्ही दोघंही स्वयंपाकघरात आलो. दोन पाटांसमोर केळीची पानं मांडली होती. पाटांवर बसताच ते पत्नीला म्हणाले, "शंकरी, लवकर वाढ पाहू! त्यांना खूप भूक लागली असेल!"

आणि माझ्याकडे वळून म्हणाले, "मुद्दामच सांगितलं तिला तसं! तुम्हाला खूप भूक लागली असेल ना! पण तुम्ही मात्र सावकाश जेवा हं!"

त्या जेवणाची कसलीच आठवण आज मला नाही. त्यांनी काय वाढलं, किती वेळा वाढलं आणि त्यातलं मी किती खाल्लं, कोण जाणे! सगळं एका गुंगीतच चाललं होतं. लहानपणीही बऱ्याच वेळा घडलंय असं! अशा वेळी दुसरे दिवशी सकाळी तर मी सगळ्यांशी भांडत असे, "मला एकट्याला सोडून तुम्ही सगळे रात्री का जेवलात? मी रात्री जेवलोच नाही!"

पण त्या दिवशी मात्र सुदैवाने तेवढं भान मला होतं!

जेवण उरकून आम्ही बाहेर आलो आणि त्यानंतर मला खरी जाग आणली ती गोपालय्यांच्या चिमूटभर तपकिरीनं!

गोपालय्यांनी मला विचारलं, "तपकिरीची सवय आहे?"

"म्हटलं तर आहे, म्हटलं तर नाही!"

त्यांनी तपकिरीची डबी माझ्यासमोर धरली. मी त्यातील चिमूट नाकापाशी धरली आणि श्वास घेतला.

साऱ्या आसमंतानं गिरकी घेतली! अष्टदिशा एकाच वेळी सामोऱ्या आल्या! तोंड वासलं! जबड्याच्या शिरा आवळल्यासारख्या झाल्या आणि दुसऱ्याच क्षणी झंझावाताप्रमाणे शिंकांवर शिंका येऊ लागल्या!

गोपालय्या घाबरले. त्यांनी विचारलं, "तपकिरीची विशेष सवय नाही का? बहुतेक आमची तपकीर थोडी जास्तच झणझणीत वाटली तुम्हाला!"

शिंकांची बरसात थांबली तरी मी नाक चोळत बसलो. ते पाहून गोपालय्यांना हसू आलं. ते हसत म्हणाले, "मला ती बाजारची तपकीर नाही आवडत. फर्मास तंबाखू आणून घरीच तपकीर बनवतो मी! थोडी झणझणीत वाटली तरी त्यात गायीचं तूप असल्यामुळे डोळ्यांना काही त्रास होत नाही – ते जाऊ द्या! आता तुम्ही सांगा पाहू, तुमचं गाव कुठलं? घर कुठंय? कुठं निघाला होतात? मोटारगाड्यांचे रस्ते सोडून आमच्या सुब्रह्मण्यकडे कसे काय वळलात? हे काही जनावरांच्या बाजाराचे दिवस नाहीत की षष्ठीच्या उत्सवाचे नाहीत."

मी त्यांच्या सगळ्या प्रश्नांची उत्तरं देऊ लागलो. माझं बोलणं लक्ष देऊन ऐकता ऐकता मध्येच ते म्हणाले, "झोप आली असेल तर तसं सांगा हं! भीड नको. अंथरूण घालता येईल. मला आपलं ऐकताना बरं वाटतंय खरं; पण तुम्हाला त्रास

नको व्हायला.''

''अहो, या तुमच्या तपकिरीनं झोपच उडवून लावली माझी!'' मी म्हटलं.

ते खळखळून हसले. पलीकडच्या पाटाच्या पाण्यानंही त्यांना साथ दिली.

समोरचं पानाचं तबक जवळ ओढत त्यांनी पत्नीला हाक मारली, ''शंकरी!''

त्या जेवण संपवून ओसरीवर आल्या. पतीशेजारी थोडे पाय लांबवून बसल्या. चिमणीच्या उजेडात त्यांच्या चेहऱ्यावरच्या सुरकुत्या स्पष्ट दिसत होत्या. कपाळावर कुंकवाचा टिळा होता. कानात सोन्याची फुलं होती. गळ्यात काळ्या मण्यांची पोत होती. वाकून बसायच्या पद्धतीमुळे त्या पतीपेक्षा दहा वर्षांनी मोठ्या वाटत होत्या. गोपालय्या त्यांच्याशी वागत होते त्या पद्धतीवरूनही कदाचित मला तसं वाटलं असेल म्हणा! जीवनसंग्रामात ते दोघंही जोडीनं सारखेच श्रमले असले तरी सारे श्रम पत्नीच्या चेहऱ्यावर उमटले होते; पण त्यात कुठंही कटुतेचा लवलेश नव्हता!

गोपालय्यांनी पानाचं तबक पुढ्यात सारलं. शेजारच्या दगडानं सुपारीची खांडं बारीक करून त्यांच्या हाती देत ते म्हणाले, ''हं, घे!''

गोपालय्यांचे दात कच्ची सुपारी फोडून खाण्याइतके बळकट असले तरी त्यांच्या पत्नीचे दात मात्र तितकेसे घट्ट नसावेत.

सुपारी तोंडात टाकत शंकरम्मांनी गोपालय्यांकडे माझी चौकशी केली. त्यांची भाषा कन्नड वाटतच नव्हती. मोठी विचित्र भाषा वाटत होती ती! गोपालय्या माझ्याशी सफाईनं कन्नड बोलत होते आणि पत्नीशी मात्र त्या विशिष्ट हैग बोलीत बोलत होते. ते हव्यक ब्राह्मण असल्यामुळे ते साहजिकच होतं. थोड्याच वेळात मला त्यांच्या बोलण्याची सवय झाली.

काही वेळ पानसुपारी खाण्यात गेल्यावर शंकरम्मा म्हणाल्या, ''आपल्या शंभूच्या वयाचेच आहेत हे! तसाच रंग, तसाच चेहरा, नाही का?''

काही क्षण तसेच गेले.

''हं! त्यालाही नशीब हवं!'' त्या पुन्हा म्हणाल्या.

का कोण जाणे त्यांच्या डोळ्यांच्या कडा पाणावल्याचा भास झाला मला! प्रथम मला पाहतानाही त्यांनी निरखून पाहिलं होतं. मला पाहून त्यांना कुणा जवळच्या नातेवाइकाची आठवण झाली की काय कोण जाणे! त्याच संदर्भात त्यांना काहीतरी विचारावं असं मला वाटलं.

पण गोपालय्यांना माझ्यासारख्या अपरिचितासमोर शंकरम्मांनी अश्रू ढाळलेलं आवडलं नसावं. ते म्हणाले, ''शंकरी, उगीच एवढी वाढलीस तू! त्याला यायचं असतं, तर कधीच आला असता तो! आपले एवढे सगळे प्रयत्न वाया गेले नसते. आपल्या लक्ष्मीची काय गत झाली सांग पाहू काल? तिला जसं वाघानं पकडलं, तसंच आपल्या मुलालाही कुठल्यातरी मानवी वाघिणीनं पकडलं असणार!''

हे उदाहरण शंकरम्मांना मुळीच आवडलं नाही. त्यांना अधिकच दुःख झालं. "का असं अभद्र बोलता? अजूनही कधीतरी माझा मुलगा माघारी येईल! त्याला कधी ना कधी आई-वडिलांची आठवण नक्कीच येईल."

"बरं बाई!" गोपालय्या समजुतीच्या स्वरात म्हणाले, "तू आता स्वयंपाकघरात जा. चूल-पोतेरं करून झोप जा. आम्ही दोघं इथंच झोपतोय आणि हे पाहा, सतरंजी आणि कांबळंही इथं आणून ठेव."

कामाची आठवण होताच त्या स्वयंपाकघरात गेल्या. काम उरकताच अंथरूण-पांघरूण ओसरीवर आणून ठेवून त्या पुन्हा आत गेल्या. गोपालय्यांनी अंथरूण झटकून अंथरलं. त्यावर उशी ठेवत ते म्हणाले, "खूप दमलात तुम्ही. आता झोपा शांतपणे! पहाटे थंडी वाजेल; तेव्हा हे कांबळं इथंच असू द्या."

मला तर आताच थंडी वाजत होती! माझ्यापासून दोन हात अंतरावर त्यांनी आपली चटई अंथरली, चिमणीपाशी जात "दिवा असू दे?" असं विचारत त्यांनी चिमणी घरात नेऊन ठेवली. अंथरुणावर लवंडता लवंडता ते म्हणाले, "शंकरी, मी झोपतो आता! तपकिरीची डबी इथं उशाशी आहे."

मी झोपलो खरा; पण त्या तपकिरीनं माझी झोप कुठं उडवून लावली होती कोण जाणे! माझं मन आता त्या प्रौढेला छळणाऱ्या व्यथेचा वेध घेण्यात गुंतलं होतं. ती व्यथा तीव्र असावी हे तर त्यांच्या चेहऱ्यावरून लक्षात येतच होतं; पण तिचं नेमकं स्वरूप मला समजलं नव्हतं आणि माझ्यासारख्या परक्याला ते समजणार तरी कसं? कोण कोण राहत असेल इथं? देरण्णानं तर सांगितलं होतं – आणि मीही पाहिलंच होतं म्हणा – या घरात दोघंच राहतात. म्हणून मी पुन्हा एकदा चाहूल घेतली; पण कुठंही लहान मुलाचे आवाज ऐकू येत नव्हते. त्यांच्या बोलण्यातला मुलाचा उल्लेख सोडला, तर तिथं त्या दोघांव्यतिरिक्त कुणाचीच चाहूल नव्हती.

ती दोघं रामाच्या आगमनाची वाट पाहणाऱ्या शबरीप्रमाणे, न येणाऱ्या मुलाची वाट पाहत असल्याचं त्यांच्या बोलण्यातून जाणवत होतं; पण वय झालेल्या माता-पित्यांना एवढ्या काळजीत टाकून त्यांचा मुलगा का गेला असेल? कसा असेल तो? वाईट चालीचा? व्यसनी? निर्दय? मला कुतूहल वाटत होतं.

पण ज्या दुःखापासून ते स्वतःला दूर ठेवू पाहत होते, त्याबद्दल त्यांनाच कसं विचारायचं? आणि तेही केवळ माझी जिज्ञासा म्हणून? मला काही ते पटलं नाही.

काही केल्या मला झोप येईना. माझा स्वभावच तसला! तसा मी भरपूर झोपाळू आहे; पण जेव्हा एखादा प्रश्न माझ्या मागं लागतो, तेव्हा मीही त्याच्या मागं लागतो! आणि मग स्वतःच्या शेपटीवरची माशी मारू पाहणाऱ्या कुत्र्यासारखं होतं माझं! अखेर मी मनाशीच ठरवलं, संधी मिळेल त्या वेळी काहीतरी करून हे गोपालय्यांना विचारायचंच!

काहीतरी गुणगुणत शंकरम्मा स्वयंपाकघरात कामं उरकत होत्या. एक मोठा सुस्कारा सोडल्याचंही ऐकू आलं. बहुतेक त्यांची कामं संपली असावीत. त्या बाहेर आल्या. गोपालय्यांच्या उशाशी त्यांनी हात फिरवला. तपकिरीची डबी सापडली असावी. ती घेत त्यांनी गोपालय्यांना विचारलं, "यांचं नाव काय? गाव कुठलं? इथं कुठं आले होते? काय काम होतं? किती थकले होते चालून चालून!"

गोपालय्या जागेच होते. ते हळूच म्हणाले, "जरा हळू बोल. त्यांना झोप लागलीय. जाग येईल त्यांना!" नंतर ते पुन्हा म्हणाले, "ब्राह्मण आहेत. पुत्तूरचे आहेत म्हणे. सुब्रह्मण्यला काहीतरी काम होतं. परतताना पंजचा रस्ता धरण्याऐवजी चुकून गुत्तिगारुचा रस्ता धरून इथं येऊन पोहोचलेत म्हणे! फारच दमलेत, म्हणून मीही फारसं विचारलं नाही."

"अलीकडे इथे बाहेरगावचं कुणी येतच नाही, नाही का? आपल्या घरीही कुणी येत नाही."

"खरंच, कोण येणार? हा काही हमरस्ता नाही. मागं पायी किंवा गाडीनं जाता-येता कुणी ना कुणी घरी येत होतं. आता कोण येणार तसं? कुणी आलं तरी सायकलवरून येतं आणि तसंच पुढे निघून जातं."

"गेल्या वर्षीचे मजूर या वर्षी येत नाहीत! या वर्षी येतील ते पुढच्या वर्षी येणार नाहीत! या तापाच्या आगरात कोण येईल पुन्हा? कुणी आलं तरी यांच्यासारखं रस्ता चुकूनच येणार – तेही केळबैलूला. नारायण, मजूर नाहीतर तंबाखूच्या आशेखातर देरण्णा! पुरुष माणसं चुकून का होईना इथं येतील; पण बायकांचं मात्र वारंही येत नाही इथं!"

त्यांच्या संभाषणात भाग घेण्याची हीच योग्य वेळ असं वाटून मी विचारलं, "तुम्ही याच गावात जन्मलात?"

"अरेच्चा! आमच्या बोलण्यामुळे जाग आली का तुम्हाला? पाहिलंस शंकरी? तरी मी सांगत होतो तुला, हळू बोल म्हणून! तुझा आवाज म्हणजे देवघरातला शंख आहे नुसता!"

त्याही थोड्या शरमल्या, "खरंच, मी थोड्या मोठ्याने बोलते नाही?"

त्या दोघांना काही वाटू नये म्हणून मी म्हणालो, "त्याचं काय झालं, जेवायच्या आधीच मी चांगली झोप काढली. आता झोप उडून गेली. शिवाय नवखी जागा. रस्त्यापासून इतक्या दूरवर तुम्ही घरं बांधून राहता याचंच आश्चर्य वाटतं मला! कितीतरी अंतरापर्यंत दुसरं घर नाही. रानात वाघाची भीती आहे असंही कुणीतरी म्हणालं! तुम्ही इथं कसे राहत असाल या विचारानं मला झोपच आली नाही."

"त्यात काय विशेष? इथंच जन्मून इथंच वाढलोय आम्ही. शहरातून आल्यामुळे

तुम्हाला तसं वाटतंय –''

"तुम्हाला कंटाळा नाही येत इथं?''

"कंटाळा? म्हटलं तर येतो, म्हटलं तर नाही!'' गोपालय्या म्हणाले.

त्यात दुरुस्ती करत त्यांच्या पत्नी चढ्या आवाजात निरुत्साहानं म्हणाल्या, "कंटाळा आल्याशिवाय कसा राहील? आम्हीही माणसंच आहोत. त्यातही पुरुषांना कसला आलाय कंटाळा? कंटाळा आला की कमरेला कोयता लटकवून शेतावर जातील, तिथे बागेत काम करतील; नोकरांना बोलावून 'हे कर', 'ते कर' म्हणून सांगतील, स्वत:ही त्यांना हातभार लावतील. तरीही वेळ गेला नाही तर देरण्णाच्या घरी किंवा काटुमूलेला जाऊन पान-तंबाखू खातील. घरी येऊन अंघोळ करून, जप-देवपूजा होईतो दुपार होते. जेवतील, झोपतील. मनात आलं तर दुपारी उठून पुन्हा एकदा मळ्याकडं जाऊन येतील. तोपर्यंत संध्याकाळ होतेच. खरा कंटाळा येतो तो मला! आता दोघांच्या स्वयंपाकाला कितीसा वेळ लागणार? जेवणखाण झालं की, दुसरं काम म्हणजे पाणी भरायचं. तेही पाटाचं पाणी! थोडं गुरांकडे पाहायचं. त्यासाठीही नोकर माणसं आहेतच! आता पाटाच्या पाण्यात खरकटी भांडी धुवायची हे काय कौतुकाचं काम आहे?''

त्यांची ती दिनचर्या ऐकूनच मला कंटाळा आला. अशा ठिकाणी माझ्यासारख्या बडबड करणाऱ्याचं वर्ष सरणं तर जाऊच द्या; महिना संपणंही अशक्य! महिना कशाला, एक दिवस जाणंही कठीणच होतं!

आमच्या गप्पा ऐकण्यासाठी अष्टमीचा चंद्र पोफळीमागून वर चढला. सुपारीच्या काळपट झाडामागून निघून चंद्राची किरणं ओसरीवर पसरली, तेव्हा मला अनामिक रहस्याचा उलगडा झाल्यासारखा आनंद झाला.

उशीला टेकून मी पूर्वेकडे तोंड करून बसलो.

त्या प्रशांत वातावरणात चांदणं विलक्षण सुंदर वाटत होतं.

नवयुगातील बुद्धाप्रमाणे स्तब्ध राहून मी चांदणं निरखत असल्याचं पाहून गोपालय्यांना आश्चर्य वाटलं असावं.

"का बरं? बसून का राहिलात?''

"का कोण जाणे, पण झोपच येईना मला! तुम्हाला झोप आली असेल तर झोपा तुम्ही. मी असाच चांदण्यांशी गप्पा मारत बसतो. डोळे थकले की झोपेन.''

"मला? आणि झोप? अहो, आम्हाला कसली झोप? मध्यरात्र उलटेपर्यंत मला आणि शंकरीला झोपच येत नाही. गप्पा मारून घसा सुकला तरी डोळ्याला डोळा लागत नाही. वय झालं की झोप कमी होते म्हणतात ना! ते खरंच असावं. त्यातही दुपारची एखादी डुलकी झाली असेल तर प्रश्नच मिटला! मग कसली झोप अन् कसलं काय! दिवसाचा वेळ कसाही जातो. आमची शंकरी म्हणाली तसं बागेत

कामं असतात. कंटाळा आला की काटुमूलेला जातो –''

''कुठं?''

''आमचाच मळा आहे तो. या भागात दुसरं ब्राह्मणाचं घर नाही म्हणून मीच एका मुलाला आणून वाढवलं. तो तिथं राहतो. तिथं माझी सात-आठ खंडी सुपारी येईल एवढी मोठी बाग आहे. अगदी जवळ आहे इथून. घटकाभराचंही अंतर नाही. जमीन सारखी करून, रोपं लावून मीच वाढवलीय ती बाग! कितीतरी शेतकऱ्यांना वसवलं; पण काही उपयोग नाही झाला. राबणारं कुणी नसलं की रान तोडून फळवलेल्या बागेत पुन्हा रान उभं राहायचं. एकदा बागेत हत्तींचा कळप घुसला की वर्षानुवर्षे राबून उभ्या केलेल्या बागेचा क्षणार्धात विध्वंस होऊन जातो. त्याचा बंदोबस्त करायला कुणीतरी आपला माणूस हवा म्हणून आमच्या नारायणला तिथं आणून ठेवलं.''

''कुठल्या गावचे ते? कुणी नात्यातले आहेत का?''

''छे! नातेवाईक नव्हे की भाऊबंदही नाही! एका जातीतला आहे एवढंच! बिचारा! कुणी नात्यातलं नव्हतं की कसला आधार नव्हता त्याला! मी त्याला इथं घेऊन आलो. त्याचं लग्न करून दिलं. काटुमूलेत राहायची सोय केली त्याची. आता म्हातारपणी कुणीतरी जवळपास असावं, या विचारानं तसं करावं लागलं. तो आला तेव्हा मला तर वाटलं होतं, हा काही या रानात चार दिवसही टिकणार नाही. अहो, हा भाग म्हणजे तापाचं आगरच! सुरुवातीला महिन्यातल्या तीस दिवसांपैकी दहा दिवस तापातच जायचे त्याचे! पण तो मात्र हट्टानं राहिला इथं! आता त्याला इथल्या हवेची सवय झालीय. शिवाय इथून निघून जाणार तरी कुठं तो? गावाकडं त्याची वीतभरसुद्धा जमीन नाही. आता काटुमूलेत चांगलाच रमलाय. मळ्यावरही भरपूर राबतो. आणखी एक गोष्ट सांगतो. कदाचित पटायचंही नाही तुम्हाला; पण आमच्यासारख्या हव्यक ब्राह्मणांकडून जसं बागायतीचं काम होतं, तसं इतर कुणाकडूनही होत नाही. नारायणला हा मळा देण्याआधी मी इतर दोघा-तिघांना देऊन पाहिला; पण त्यांचं लक्ष फक्त पोफळीच्या झावळ्यांकडं! मुळाकडं त्यांनी लक्षच दिलं नाही! अगदी वैताग आला. तेव्हा पुरेसा खंडही मिळायचा नाही त्यांच्याकडून! पण हा नारायण आल्यापासून मात्र मला मळ्याची काळजी नाही. मळा छानच झालाय अन् तोही अन्नाला लागलाय. मुख्य म्हणजे त्याला या सगळ्याची जाणीव आहे.''

गोपालय्या बोलता बोलता कंटाळ्यावरून नारायणवर केव्हा आले ते मलाही समजलं नाही. मध्येच शंकरम्मांनी तोंड घातलं नसतं तर तो विषय आणखी कुठं गेला असता कोण जाणे! मी विषयांतर करण्याच्या फंदात न पडता, त्यांचं बोलणं ऐकत होतो. हृदयात काही दडवून ठेवण्याचं त्यांच्या स्वभावातच नसावं. आपलं

सुख-दु:ख आपणच सोसून आपलं एकाकी जीवन जगत असताना माझ्यासारखी आस्थेनं सगळं ऐकून घेणारी व्यक्ती भेटली, याचीच त्यांना अपूर्वाई वाटली असावी.

शंकरम्मा मध्येच म्हणाल्या, "पण मला नारायणच्या घरापर्यंतही जाता येत नाही! डोंगर उतरून पुन्हा चढेपर्यंत माझी पुरेवाट होऊन जाते. ह्यांचा उत्साह मात्र काही विचारू नका! या वयातही मनात आलं तर पुत्तूरपर्यंत पायी चालत जातील! पण मी कुठं जाऊन बोलत बसू? कामकऱ्यांच्या मुलांना हाका मारू? ती मुलं नेहमी घरी येतात. त्यांच्याबरोबर वेळ काढत बसलं तर कामाचा बट्ट्याबोळ होतो. साधं देरण्णाच्या घरापर्यंत जायचं म्हटलं तरी अरुंद चढ चढेतोवरच मला काशीयात्रा करून आल्यासारखं वाटायला लागतं. एवढं करून तिथं गेलं तरी बांधावरूनच त्यांची चौकशी करायची.''

"आमच्या शंकरीचं सोवळंओवळं बरंच असतं! त्यात त्या शूद्राच्या घरी जायचं म्हणजे घरी परतल्यावर अंघोळ करायला हवी. अहो, त्यांच्या घरी कसलं आलंय सोवळं? त्यांचं घर ते कसलं? आणि कसलं अंगण? कसलं स्वयंपाकघर! सगळीकडे कोंबड्यांची पिसं पसरलेली! ती पिसं तुडवत कसं जायचं याचीच भीती वाटते हिला!''

रस्त्यात देरण्णाच्या हातात पाहिलेलं कोंबडं आठवलं. मी तर देरण्णाच्या घरी झोपायलाही तयार होतो; पण तोच म्हणाला होता, 'तुम्हाला बरं नाही वाटणार!'

मी ती सगळी हकिकत गोपालय्यांना सांगितली.

गोपालय्या म्हणाले, "आमच्या देरण्णाचा स्वभावच आहे तसा! आपण होऊन काही त्रास घ्यायचा झाला की तो मागं सरतो; पण पदराला खार न लावता, कुठलाही परोपकार करायला तयार असतो. कोंबड्यांची झुंज लावायचं व्यसन आहे त्याला. त्याच्या घरात प्रत्येक आढ्याला एकेक कोंबडं बांधलेलं असतं!''

मध्येच पुन्हा एकदा शंकरम्मांनी गप्पांना वेगळं वळण दिलं. "देरण्णा काहीतरी सांगत होता नाही का? त्या वाघाचा बंदोबस्त होईपर्यंत गोठ्यातलं एकही जनावर शिल्लक राहणार नाही! देरण्णा म्हणत होता, 'त्यात काय मोठं? एका गोळीत त्याला मारून टाकू!' ''

"नुसतं सांगायला देरण्णाचं काय जातंय? त्याच्या तोंडच्या गोळ्यांनी वाघ मरत असता तर शंभरेक वाघांना त्यानंच खतम केलं असतं. वाघाला मारणं एवढं सोपं नसतं, शंकरी!''

"तो पंजहून आपल्या मेहुण्याला घेऊन येणार होता. त्याचा मेहुणा म्हणे फक्त वासावरून शिकार करतो! आजवर सहा-सात वाघ मारलेत म्हणे त्यानं!''

"म्हणे! सगळ्या 'म्हणे'च्याच गोष्टी! आता कुणीही आपला उद्योग सोडून या कामासाठी येणार नाही हे नक्की! वाघाची शिकार करायची म्हणजे काही कमी व्याप

नसतात. जनावरांचा बाजार संपून सुब्रह्मण्यची जत्रा झाल्याशिवाय कुणीही आपापलं गाव सोडणार नाही. संक्रांत झाल्यानंतरच हे काम करावं लागेल.''

''म्हणजे? त्यावेळेपर्यंत गुरांना गोठ्याबाहेर सोडायचंच नाही? वर्षाकाठी किती गायींचा असा बळी द्यायचा? गतवर्षी कुळकुंदहून आणलेला नवा बैल गेला! आता या वर्षी जुंपायला नवा बैल आणायला हवा!''

''इतका त्रास आहे वाघांचा तुमच्या गावात? आणि गुरांना चरायला घेऊन जायला कुणी नोकर नसतो?''

''काय म्हणालात तुम्ही? तुमचं नाव काय हो? विचारायलाच विसरलो! काय म्हणून हाक मारायची तुम्हाला?''

''शिवराम.''

''अहो, शिवरामय्या परवाच आमच्या मागोमाग येऊन एका जनावराला पळवलं वाघानं! जंगलाच्या फार आतल्या बाजूलाही नव्हे हं. या दोनेक महिन्यांत दहाएक जनावरं वाघाच्या तोंडी पडलीत! काय करावं काही समजत नाही.''

''वाघाची इतकी भीती? आमच्या गावी मात्र एवढी भीती नाही. वणवा पेटला की आजूबाजूच्या डोंगरांतून एखादा वाघ येतो. तोही दोन-तीन वर्षांतून एकदा. एखादे वेळी; पण एकदा तो आला की जाईपर्यंत पोटात गोळा उठलेला असतो नुसता! आणि तुम्ही तर वाघाच्या दाढेतच मुक्काम ठोकलाय! तरीही त्याचा माणसांना फारसा त्रास दिसत नाही –''

''माणसांनाही त्रास आहेच; पण जनावरांएवढा नाही.''

''म्हणजे?''

''आता गेल्या महिन्यात वाघानं एका माणसाचा हात तोडला! तो वाचला हेच खूप झालं. जखमी वाघाला मारेपर्यंत काही सुटका नाही माणसाची!''

''बाप रे!''

''एवढ्यानं काय होतंय? इथं हत्तींचीही भीती काही थोडी-थोडकी नाही! हत्तीच्या कळपानं एकदा का धडक मारली की पोफळीच्या बागेचे तीनतेरा वाजलेच!''

''परवा परवा काटुमूलेत हत्ती आला होता म्हणून सांगत होता ना नारायण? काय अन्याय हा देवाचा! आता एवढ्या रानात त्याला हिरव्याची कसली कमतरता? गवत, मुळं, पाणी – सगळं भरपूर आहे; पण ते सगळं सोडून एवढ्या श्रमानं उभारलेल्या बागेची नासाडी करायची म्हणजे काय?''

''पण तुमच्या मळ्याप्रमाणे एकाच ठिकाणी केळी-सुपारी कुठं असतात रानात?'' मी म्हणालो.

''केळीच्याच आशेनं येतात हत्तींचे कळप! आम्ही तरी काय करणार? बार टाकतो हवं तर! आवाजानं हत्ती पळून जावेत म्हणून! चुकूनमाकून गोळी लागून

एखादा हत्ती कुठंतरी मरून पडला की जंगल खात्याच्या कटकटींना तोंड द्यावं लागतं!''

''महिन्याभरानं या आणि पाहा! हरणांचे कळपच्या कळप घाटावरून उतरू लागले की बघा आमच्या भागाची रया! एकदा ते कळप शेतात घुसले की सुब्रह्मण्यच त्राता म्हणायचा!'' शंकरम्मा म्हणाल्या.

''तरीही तुम्ही याच गावात शेत-मळा करत राहिलात ना? तुमचं मूळ गाव कुठलं? हेच का?'' माझं त्यांच्याविषयी जाणून घेण्याचं कुतूहल तसंच राहिल्यामुळे मी पुन्हा मूळ विषयाकडे वळलो.

''त्याचं असं झालं – आज जसे तुम्ही रस्ता चुकून या गावी आलात तसे माझे पणजोबा किंवा खापरपणजोबा या गावी आले असावेत. आमच्या जुन्या घराचा पाया इथंच मागच्या बाजूला आहे. ही पोफळीची बाग दोनशे वर्षांपूर्वीची तरी असावी. म्हणजे त्यापूर्वी केव्हातरी ते इथं आले असावेत. खापर-खापरपणजोबा म्हणा हवं तर! जुन्या घराचे इतर काही अवशेष आता शिल्लक नाहीत. त्या वेळी इथं एक ब्राह्मण कुटुंब होतं. त्यांच्या घरी आमचे पूर्वज देवपूजेसाठी राहिले. त्या ब्राह्मण कुटुंबाला मूलबाळ नसल्यामुळे त्यांनी आमच्या पूर्वजांना दत्तक घेतलं म्हणे. आमच्या पणजोबांच्या काळापासूनची मात्र सगळी हकिकत मला ठाऊक आहे. या वंशाला आणखी शाखा फुटल्या नाहीत. हे घर माझ्या आजोबांच्या काळातलं आहे.''

''तुम्ही मनात आणलं असतं, तर याहूनही चांगली शेतीवाडी आणि घरदार करणं तुम्हाला शक्य झालं नसतं का? वर्षाकाठी हजारो रुपये मिळाले तरी मी नाही या रानात राहायचा!''

गोपालय्या हसत म्हणाले, ''वा शिवरामय्या, काय झालंय या भागाला? इतकी सुंदर बाग तुमच्या पुत्तूरकडं तर बघायलाही मिळणार नाही! कसली कमतरता आहे इथं? पाणी आणि लाकूड आम्ही दिलं तर तुम्हाला मिळणार! बाराही महिने हिरवेगार गवत मिळतं! आता गव्यांचा आणि वाघाचा थोडा त्रास असणारच! बरं, इथं थंडी-तापाचा त्रास आहे म्हटलं तर तो पुत्तूरला तरी कुठं चुकलाय? जाऊ द्या! प्रत्येकाला आपापल्या गावाची ओढ असायचीच!''

''पुरे झालं तुमचं!'' शंकरम्मा फणकारल्या, ''ही ओढ फक्त आपल्यालाच काय? बाळाला इतक्या कौतुकानं शिकवलंत तुम्ही! कुठं आहे तो आता? त्याला शिकवलंच नसतं तर हाच स्वर्ग मानून तो इथंच राहिला असता की काय कोण जाणे! एकदा बाहेरच्या जगाची गोडी लागली की हे जळ्ळं रान नकोसं होतं!''

गोपालय्यांनी बांधलेले अभिमानाचे इमले शंकरम्मांनी पार भुईसपाट केले!

निघून गेलेल्या मुलाचा विषय निघताच गोपालय्या म्हणाले, ''शंकरी, कुठलाही

विषय निघाला तरी बाळाकडेच नेतेस तू! तो विषय आता कशाला हवा? तो माघारी येणार नाही असं तूच म्हणतेस आणि त्याच्या आठवणीनंही तूच व्याकूळ होतेस! मरणाच्या आधी नारायणच्या मुलाला दत्तक घेतलं तर नाही का चालणार? हाती न लागणाऱ्या वस्तूचा हव्यास धरण्यापेक्षा हातात असलेली वस्तू जपून ठेवायला शिकावं माणसानं!''

शंकरम्मांनी एक दीर्घ सुस्कारा सोडला. आपण मृगजळामागं धावतोय हे त्यांनाही समजत असावं!

''हं! देवाची मर्जी!''

''तेच खरं आहे! रक्षणारा आणि न रक्षणारा तो सुब्रह्मण्यच आहे!''

कसलं दुःस्वप्न त्या दोघांना छळत होतं कोण जाणे!

त्या रात्री याच विचारानं मी व्याकूळ झालो.

दोन

रात्र कधी संपली ते मला समजलंच नाही. सुरुवातीला थोडा वेळ डोळा लागला नाही तरी त्यानंतर मात्र अति दमणुकीमुळे मी शुद्धीवरच नव्हतो म्हटलं तरी चालेल. मला जाग आली त्या वेळी सूर्य गोपालय्यांच्या पोफळीमागून वर येऊन माझा चेहरा चुंबत होता. अंगावरचं कांबळं पायांनीच दूर करून अर्धवट झालेल्या निद्रेला मी अनिच्छेनंच निरोप दिला.

रात्री मी ठरवलं होतं की, उजाडताच गावचा रस्ता धरायचा. अर्थात, हा झाला माझा विचार! सकाळच्या वेळी कुणीतरी मला हमरस्त्यापर्यंत पोहोचवायला हवं ना!

उठायला उशीर झालेला पाहून मी गडबडीनं उठलो. अंगणात गेलो. तिथं गोपालय्या होते.

"काय, उठलात? तोंड धुताय?" वगैरे विचारत ते मला बागेच्या कुंपणापलीकडे घेऊन गेले. माझी तर सगळीच घाई! पुन्हा घरी परतेपर्यंत माझं कुठंच लक्ष नव्हतं.

पाटाच्या पाण्यात हात-पाय धुऊन, चूळ भरून दातांवरून बोट फिरवत मी गोपालय्यांना विचारलं, "हमरस्त्यापर्यंत कुणालातरी सोबत पाठवता का?"

ते हसले.

"आधी कॉफी तर होऊ द्या!" ते म्हणाले.

घरातून कळकाच्या गंजात रवी घुसळल्याचा आवाज ऐकू येत होता, तरीही गोपालय्यांनी हाक मारली, "शंकरी, आम्ही कॉफी प्यायला येऊ?"

रवी घुसळण्याचा आवाज थांबला.

गोपालय्यांच्या तोंडून कॉफीचा उल्लेख ऐकताच मला वाटलं, या भागालाही शहरीपणाचा स्पर्श झालाय नाही का?

गोपालय्यांबरोबर मी स्वयंपाकघरात गेलो. दररोज अंघोळ केल्याशिवाय कॉफी न पिणाऱ्या गोपालय्यांच्या शेजारी दोन दिवसांचा पारोसा असा मी बसलो!

पानं मांडली. त्यावर बोटभर जाडीचे दोसे वाढले! मध आणि घट्ट साजूक तुपाचा मोठाला गोळा पडला! शेजारीच छोट्या कळशीच्या आकाराच्या लोटीत कॉफीही आली!

माझ्याकडे पाहत गोपालय्या म्हणाले, "हं, घ्या आता!"

"इतकं सगळं?" मी घाबरून विचारलं.

"हे एवढं काही फार नाही!"

"आणि या कॉफीनं काय अंघोळ करायची?" मी विचारलं.

गोपालय्या प्रसन्नपणे हसले आणि म्हणाले, "आम्ही आपली खेडवळ माणसं! तुम्ही पोटभर खाल्लंत तरच आम्हाला बरं वाटतं!"

त्यांच्या आग्रहाला मी बळी पडलो आणि खाली मान घालून खायला सुरुवात केली. खाणं झाल्यावर ती कॉफी संपवणं म्हणजे मोठंच काम होतं! खाणं खाऊन, कॉफी पिऊन, धापा टाकत उठणार तोच गोपालय्यांनी पुन्हा पत्नीला हाक मारली, "शंकरी, केळी नाहीच आणलीस!"

"अय्यो! किती विसराळू मी –" म्हणत त्यांनी केळी आणली आणि गोपालय्यांनी 'शास्त्रापुरती तरी खायलाच हवीत!' म्हणत मला जबरदस्तीनं चार केळी खायलाच लावली! मला तर आता जगतो की मरतो असं झालं होतं! जडभरतासारखा सुस्तावलो होतो मी!

इतकं खाणं झाल्यावर भरल्यापोटी गावी जायला निघणं अशक्य असल्याचं आता मला जाणवू लागलं होतं! तरीही म्हणायचं म्हणून मी म्हणालो, "आता निघतो मी! कुणीतरी रस्त्यापर्यंत पोहोचवून दिलं तरी पुरे!"

गोपालय्या हसले.

"आल्या आल्या असं परतायला हे काय रेल्वे स्टेशन आहे? तुमच्यासारखी माणसं इथं येणं हा दुर्मीळ योग आहे. आल्या आल्या फक्त तोंड दाखवून निघून गेलात तर कसं बरं वाटेल?"

माझा निघण्याचा हट्ट आणि गोपालय्यांचा राहण्याचा आग्रह यात आता शंकरम्माही भाग घेऊ लागल्या.

"हे असं नाही चालायचं! तुम्हाला थोडा त्रास झाला तरी तुम्ही दोन दिवस इथं राहायलाच हवं! या दरिद्री गावात कुणी आलं की तेवढंच बरं वाटतं! अहो, आमचा सख्खा मुलगाच निघून गेलाय इथून! तुमच्यासारखं कुणी आलं तर प्रत्यक्ष देवानंच पाठवल्यासारखं वाटतं आम्हाला!"

रात्रीच्या गप्पांची आठवण झाली मला! मुलापासून दुरावलेली ती आई माणसांसाठी किती आसुसली होती!

काय बोलावं ते मला समजेना.

गावी परतण्यासाठी अजून तीसेक मैलांचा प्रवास शिल्लक होता. शिवाय ज्या कामासाठी मी बाहेर पडलो होतो ते काम तरी कुठं झालं होतं?

मी गावाहून निघालो होतो तो वेगळ्याच उद्देशानं! आमचं गाव पुत्तूर. तिथे आमचं घर आहे. आमचं एक खोंड चरायला जे बाहेर पडलं ते घरी परतलंच नव्हतं. जनावरांच्या बाजाराचे दिवस जवळ आले होते. अशा वेळी अशा चोऱ्या व्हायच्याच! गावातली इतरही काही जनावरं चोरीला गेल्याच्या बातम्या होत्याच!

कुणीतरी बातमी आणली, 'एक इसम एका सुंदर वासराला घेऊन पूर्व दिशेला जात होता!'

आमच्या एका नोकरानं कुणा देवर्षीला विचारलं आणि तोही सांगत आला, 'वासरू पूर्वेलाच गेलंय हे खरंय आणि थोडी मेहनत घेतली तर ते नक्की मिळेल.'

प्रत्यक्ष पाहणाऱ्यावर विश्वास ठेवून आणि देवर्षीच्या कौलावर विसंबून मी पुत्तूरहून सुब्रह्मण्यला निघालो होतो. जाताना रस्त्यात भेटणारं आणि न भेटणारं प्रत्येक वासरू माझंच वाटत होतं मला! कुळकुंदच्या घाटाला बिसिले घाट आडवा आला नसता तर वासराला शोधण्याच्या नादात मी हासन जिल्ह्यातच शिरायचा! अखेर चालून चालून पायाच्या टाचा झिजल्या एवढं खरं!

निराशा आणि दमणूक यांनी वैतागून गेल्यानंतर मला माझा मूर्खपणा पटला होता!

इथं या गावातली माणसं वर्षाकाठी पन्नास-शंभर वासरं वाघाच्या तोंडी देतात! मग दुभत्याच्या आशेपोटी माझं वासरू एखाद्या गरीब नरव्याघ्रानं पळवलं तर त्यासाठी मी इतकं का रडकुंडीला यावं?

माझ्या मनातला हा विचार मला पटला आणि मी हुंकार दिला. त्या वृद्ध दांपत्याला मात्र ते त्यांच्या प्रश्नाचं अपेक्षित उत्तरच वाटलं!

माझीही तिथं राहायला हरकत नव्हती; पण त्या रानात दिवस कसा घालवायचा आणि रात्र तरी कशी संपवायची?

माझ्या मनातला विचार समजल्याप्रमाणे गोपालय्या म्हणाले, "दुपारी काटुमूलेला नारायणच्या घरी जाऊन येऊ या. फार छान ठिकाण आहे ते! तुम्हाला खूप आवडेल!"

"बरं, आता मी कुठंतरी चक्कर मारून येतो."

"चला, मीही येतो. मलाही इथं काही काम नाही. मागच्या डोंगरावर जाऊन येऊ या; पण काटे टोचले आणि मान दुखली म्हणून तक्रार करू नका हं!"

त्यांच्याबरोबर मी निघालो. गोपालय्यांनी हातात एक कोयता घेतला होता. मी त्यांच्या पाठोपाठ निघालो. पाटाला भरपूर पाणी पुरवणारा पाण्याचा प्रवाह सामोरा आला. ती नाजूक थुईथुई नाचणारी पर्वतकन्या पाहून मी मोहून गेलो आणि न राहवून

त्यांना म्हणालो, "किती रम्य ठिकाणी घर बांधलंय तुम्ही!"

"अहो, याहून कितीतरी मोठाले धबधबे या डोंगरात आहेत! किती हवेत तुम्हाला?"

खरं होतं त्यांचं म्हणणं! पदोपदी असंख्य लहान-मोठ्या प्रवाहांचं सौंदर्य नजरेसमोर येत होतं. ते सौंदर्य पाहत, या फरशीवरून त्या फरशीवर उड्या मारत, रस्त्यात आडवे येणारे प्रवाह ओलांडत; कळकांची बनं मागं टाकत आम्ही निघालो होतो. मला तर स्वत:चं भानच नव्हतं! मी जणू स्वप्नलोकांत विलास करत होतो.

मध्येच गोपालय्या म्हणाले, "हा पापड तळल्यासारखा वास येतो ना? तो आरसे-सापाचा बरं का!"

काहीच न समजून मी विचारलं, "आरसे-साप?"

माझ्या स्वप्नलोकीच्या विलासाचा चक्काचूर करत गोपालय्या आपल्या गावातल्या विविध जातीच्या सापांची माहिती रंगवून सांगू लागले! त्या भयंकर वर्णनानं मी पूर्णपणे भानावर आलो होतो. त्यातच त्यांनी 'पायाखाली नीट पाहून पाऊल उचला!' असं सांगताच प्रत्येक दगडाखाली मला एकेक साप दिसू लागला!

आता गोपालय्यांनी तो जलप्रवाहाचा मार्ग सोडला आणि हातातल्या कोयत्यानं आडवी येणारी झुडपं कापत ते जंगलात शिरले. त्यांच्या पाठोपाठ मीही शिरलो खरा; पण मला पुढचा रस्ताच दिसेना. काही वेळ मी आंधळ्यासारखा चाचपडत होतो. नंतर पाहिलं तर मी त्यांच्या पाठोपाठ एका पाऊलवाटेनं चाललो होतो.

"हा काही आपला रस्ता नव्हे. रानटी जनावरांनी, त्यातही रानरेड्यांनी आणि हत्तींनी बनवलेला रस्ता आहे हा. या बाजूनं सरळ गेलं की संपाजी गाव लागतं आणि या इकडच्या मार्गानं गेलं की सुब्रह्मण्यला जाता येतं."

आता माझ्या डोळ्यांसमोरचे सगळे साप अदृश्य झाले आणि त्यांची जागा रानरेड्यांनी आणि रानटी हत्तींनी घेतली!

ही भीती बाळगून किती वेळ चालत होतो कोण जाणे!

आता अरण्य संपलं आणि पुरुषभर उंचीच्या गवताचा राब सामोरा आला. त्यातील पायवाटेनं आम्ही डोंगराच्या माथ्यावर पोहोचलो.

सुदैवानं तिथलं गवत गळ्याहून अधिक उंच वाढलं नव्हतं; त्यामुळे आमची मुंडकी वेगळीच वाटत होती! मी गोपालय्यांचं डोकं पाहू शकत होतो आणि ते माझा चेहरा.

वर पोहोचल्यावर गोपालय्या पूर्वेकडे खुणावत सांगू लागले, "हा कुमारपर्वत. हा इकडे शेषपर्वत आणि तो पलीकडचा सिद्धपर्वत –" शिवाय त्यांनी त्या पर्वतांविषयीच्या दंतकथाही सांगितल्या. तिथे आजही तपश्चर्या करत असलेल्या सिद्ध पुरुषांच्या कथा प्रत्यक्ष पाहिल्यापेक्षाही अधिक सुरसपणे सांगितल्या आणि

अखेर पुस्ती जोडली, ''यातलं किती खरं आणि किती खोटं कोण जाणे!''

मी भोवताली पाहत उभा होतो. उन्हाच्या झळांनी माझे डोळे दिपल्यासारखे झाले होते. त्यातच निश्चल, निळ्या डोंगरांनी माझी दृष्टी खेचून घेतली होती. आम्ही उभे असलेल्या डोंगराचा उतारच थोडा पुढे जाऊन त्याचं दरीत रूपांतर झालं होतं आणि पुन्हा त्याच्याच पर्वतरांगा तयार होऊन कुमारपर्वतात विलीन झाल्या होत्या!

त्या दृश्याची भव्यता मला चकित करून गेली! या परिसराचं हे गौरीशंकरच असावं, असं मला वाटलं.

न राहवून मी म्हणालो, ''तुमचं गाव म्हणजे प्रत्यक्ष कैलासच आहे!''

गोपालय्या हसले, ''या कैलासावर मी किंवा इतर गण चाऱ्यासाठी किंवा लाकूडफाट्यासाठी अधूनमधून येत असतो खरं! पण दररोज हेच पाहतोय आम्ही; त्यामुळे आमच्या दृष्टीला तर हा नुसता डोंगरच दिसतोय. तुमच्यासारख्या शहरातून आलेल्या कुणीतरी त्याचं वर्णन करून त्यातलं सौंदर्य दाखवलं तरच आम्हाला ते कळणार; नाहीतर अशी सौंदर्यदृष्टी आमच्यात कुठून येणार?''

''असं काही म्हणता येणार नाही! शहरातल्या लोकांनाही हे रानातलं सौंदर्य नकोच असतं! रुपयाची नोट त्यांना तुमच्या कुमारपर्वताएवढीच भव्य वाटते!''

ते हसले. शहरात ''पैशाशिवाय पान हलत नाही. पैसा म्हणजे परब्रह्मच! खेड्यातल्या लोकांनाही पैसा हवाच. एक मात्र खरं, आम्हाला पैसा अगदी विषासमान वाटत नसला तरी, कितीतरी गोष्टी पैशाशिवाय मिळतात इथं; त्यामुळे पैशाची गरज तशी बेताची असते. जे आवश्यक आहे ते तर आम्ही इथंच पिकवितो. आम्हाला शहराची गरजच नसते.''

त्यांचं हे म्हणणं मला मुळीच पटलं नाही. मी म्हटलं, ''पण काही का असेना, माणसाला माणूस हवंच की नाही? कधीतरी माणसांना भेटावं असं वाटतंच की नाही? या रानातल्या एका कोपऱ्यात राहून कंटाळा येत नाही?''

''कंटाळा आल्याशिवाय कसा राहील? पण कंटाळा काय, कुठंही यायचाच! इथं रोजच्या कामात वेळ केव्हाच निघून जातो. खूप कंटाळा आला तर आमच्या देरण्णाच्या घरी किंवा आमच्या नारायणच्या घरी जाऊन येतो. महिन्यातून एखाद्या वेळेस सुब्रह्मण्यलाही जाऊन येतो. सकाळी जायचं आणि संध्याकाळपर्यंत माघारी यायचं. कंटाळा पळवून लावायला याहून अधिक काय हवं?''

''तेही खरंच म्हणा! मी मोठ्या गावात वाढलोय म्हणून मला तसं वाटत असेल. सगळं सवयीवरच अवलंबून असतं. नाही का? पण एवढं मात्र खरं, महिन्याला कुणी शंभर रुपये देऊ केले तरी सहा महिनेही इथं राहणं शक्य नाही माझ्यासारख्याला!''

गोपालय्यांना माझ्या बोलण्यामुळे काय वाटलं कोण जाणे? मी मात्र सभोवतालचा

परिसर मन भरेपर्यंत पाहत होतो.

काही वेळ तसाच स्तब्धतेत गेला. त्यानंतर मी म्हणालो, ''चला, आता परत जाऊ या!''

गोपालय्या पुन्हा पुढे झाले. गवत बाजूला सारत ते पुढे निघाले. पुन्हा आम्ही जंगलात आलो. त्यांची फारसं बोलण्याची तयारी नसावी. चालून चालून दमल्यामुळे माझ्यात तर बोलण्याइतका दमच शिल्लक नव्हता!

गोपालय्या एकदम थांबले. रस्त्यात पडलेली हत्तीची विष्ठा दाखवून म्हणाले, ''पाहा! अजून त्यातून वाफ येतेय! रात्री इथं हत्ती आले असणार! हाच रस्ता आमच्या काटुमूलेला जातो. दुपारी तिथं जाऊन चौकशी करायला हवी! आमच्या नारायणची परिस्थिती कशी काय आहे, कोण जाणे!''

ते सचिंत वाटत होते.

''म्हणजे हत्ती तुमच्या मळ्यातही घुसतात?''

''घुसतात आणि विध्वंसही करतात! आता हत्तींपासून बचाव करणारं कुंपण कसं तयार करता येईल? बंदुकीच्या आवाजानं त्यांना पळवून लावता येतं; पण आपण त्यांना मारू शकत नाही ना! आता तर हत्तींनाही समजलंय हे!''

एवढं बोलून ते गप्प झाले. मीही काही बोललो नाही. एक वाऱ्याची झुळूक आली. खालच्या दरीत वाहणाऱ्या पाण्याच्या प्रवाहाची सुरेल खळखळ ऐकू आली.

त्या आवाजाची चाहूल घेत मी म्हटलं, ''जवळपास एखादा ओढा वाहतोय वाटतं?''

''इथंच शंभर गज खोलवर एक नदी आहे. इतका वेळ विरुद्ध दिशेनं वारा वाहत होता म्हणून तिची चाहूल लागली नव्हती, एवढंच! आता वाऱ्याची दिशा बदलली. नदीचा आवाज छान ऐकू येतो, नाही?''

''ही नदी कुठे जाऊन मिळते?''

''इथले सगळे प्रवाह, ओढे आणि छोट्या नद्या कुमारधारेलाच जाऊन मिळतात. 'यथा गच्छति सागरम्' म्हणतात, त्याप्रमाणे सगळ्या नद्या समुद्रालाच जाऊन मिळतात ना! नदीस्नान करायचंय? पाणी छान आहे; पण फार थंड असतं! अर्थात, एक बुडी मारेपर्यंतच सगळी थंडी म्हणा!''

''करू या अंघोळ. इतकं निर्मळ पाणी पुत्तूरला कुठलं मिळायला?''

''पंचा आणला असता तर बरं झालं असतं. आता पुन्हा घरी जाऊन यायचं म्हणजे मैलभराचा जास्तीचा फेरा!''

''फेरा पडेल खरा; पण कपडेही धुवायला घेऊन गेलो तर बरं! तिथे कपडे धुवायला दगड असतील, नाही का?''

''इथं दगडांना कसली कमतरता?'' गोपालय्या हसत म्हणाले.

तिथून खाली उतरलो. रान मागं टाकलं. लहानसा खोलगट भागही ओलांडला. शेत मागं पडलं. पोफळीच्या बागेतून आम्ही अंगणात आलो.

रस्ताभर गोपालय्या काहीच बोलले नव्हते. त्यांचं मन गप्पांत रमू शकलं नव्हतं. डोंगरमाथ्यावरून निघाल्यापासून त्यांचे डोळे कुठल्याशा विचारांनी अस्थिर झाल्यासारखे वाटत होते. जे काही थोडंफार बोलणं झालं, तेही जेवढ्यास तेवढं बोलल्यासारखं झालं होतं. त्यात फारसा उत्साहही दिसत नव्हता. बोलण्याविषयी त्यांनी फारशी आस्थाही दाखविली नव्हती. ते जे काही बोलत होते तेही तिथल्या पाऊलवाटांप्रमाणे भरकटलेलं होतं.

गोपालय्या घरात शिरले. विसरून घरी राहिलेल्या तपकिरीच्या डबीतली चिमूटभर तपकीर त्यांनी नाकपुडीत सारली. काहीसे भानावर येत त्यांनी एक साबणाची वडी आणली आणि माझ्या हातात देत म्हणाले, "हं, चला जाऊ या!"

घराच्या पायऱ्या उतरत असताना त्यांनी मागं वळून सांगितलं, "शंकरी, यांना नदीत अंघोळ करायचीय. नदीपर्यंत जाऊन येतो."

हे ऐकताच शंकरम्मा बाहेर आल्या आणि म्हणाल्या, "इथं पाणी तापलंय. एवढ्या थंडीत त्यांना नदीवर का घेऊन जाताय अंघोळीला?"

"पाणी खूपच थंड असेल तर माघारी येऊ. तुमच्या गावची नदी पाहायची इच्छा आहे माझी! जाऊन येऊ?" मी म्हटलं.

"जाऊन या. नाहीतरी अजून स्वयंपाक व्हायचा आहे. घरी बसून तरी काय करणार?" त्या म्हणाल्या. पुन्हा काहीतरी विचार मनात आल्यामुळे गोपालय्यांना म्हणाल्या, "फार वेळ थांबू नका तिथे."

आणि माझ्याकडे वळत पुन्हा मला म्हणाल्या, "त्याचं असं आहे, एकदा गप्पा सुरू झाल्या की, त्यांना वेळेचं भान राहात नाही. म्हणून म्हटलं मी..." आणि त्या आत वळल्या.

त्यांच्या बोलण्याचं मला आश्चर्यच वाटलं! गोपालय्यांना गप्पांचा शौक असावा असं मला तरी दिसलं नव्हतं. उलट शंकरम्मांनाच बोलण्याची मोठी हौस होती. आता मी या पतीस्वभाव वर्णन करणाऱ्या सतीवर अविश्वास तरी कसा दाखवणार? शिवाय अख्ख्या एका दिवसाचाही अनुभव माझ्या गाठी नव्हता! त्यामुळे शंकरम्मांच्या बोलण्यात तथ्यांश असावा असं मलाही वाटू लागलं.

मी गोपालय्यांबरोबर निघालो. नदीवर जाईपर्यंत मीच बडबडत होतो. ते नुसताच हुंकार देत होते.

नदी आली.

"चला अंघोळीला." म्हणत त्यांनी कमरेला अंघोळीचा पंचा करकचून खोवला आणि नाक मुठीत धरून 'ओम शंकर, शंकर' म्हणत तीन वेळा पाण्यात बुडी मारली.

मी पाण्यात पाऊल ठेवलं मात्र –

त्या थंडगार पाण्यानं माझं सर्वांग शहारलं! त्या नितळ पारदर्शक पाण्यातून तळातील गमतीदार गुळगुळीत गोटे मी निरखू लागलो. त्या स्वच्छ नितळ पाण्यातील चिमुकल्या काळ्या मासोळ्या वाहत्या पाण्यात स्वतःला स्थिर ठेवण्याचा प्रयत्न करत माझ्या पावलांना नाजूकपणे चावे घेत होत्या.

त्या थंडगार पाण्याच्या स्पर्शानं मी विचारात पडलो! इथं या बर्फासारख्या थंड पाण्यात उतरावं की मुकाट्यानं घरी जाऊन गरम पाण्यानं न्हाणीघरात अंघोळ करावी? त्या खळाळणाऱ्या पाण्यावर अजूनही वाफ रेंगाळत होती. अजूनही सूर्याची उबदार किरणं तिथपर्यंत पोहोचलीच नव्हती. ते पाणी म्हणजे अक्षरशः बर्फच होतं!

पण तसाच किती वेळ उभा राहणार मी? शरीरात थोडी उष्णता निर्माण करण्यासाठी मी सोबत आणलेले कपडे भिजवून धुण्यास प्रारंभ केला.

माझं धुणं उरकलं तरी गोपालय्या पाण्यात निश्चलपणे उभे होते. थंडीमुळे त्यांचा देहही बर्फ झाला होता की काय कोण जाणे! त्यांचे ओठ मात्र कुठलासा मंत्र पुटपुटत होते. मध्येच त्यांचे हात भोवताली पाणी शिंपडत होते.

धुतलेले कपडे तिथल्या दगडांवर पसरून वेळ काढण्यासाठी मी जांभळीची काटकी चघळू लागलो.

तरीही गोपालय्यांची तपश्चर्या सुरूच होती!

अखेर नाइलाज झाल्यामुळे मी मन घट्ट केलं आणि एकदाचा पाण्यात उतरलो!

पहिल्या बुडीतच माझं अंतरंग आणि बहिरंग थरकापलं. उठून उभा राहून, हातात पाणी घेऊन मी एकवार अंग चोळलं. गार वाऱ्यानं अंगात कापरंच भरल्यासारखं झालं. हा झाला माझ्या अंघोळीचा पूर्वार्ध!

आणि उत्तरार्ध मात्र मी नदीच्या काठावरच उरकला.

गोपालय्यांचा जप संपला. ते पाण्याबाहेर येऊन तिथल्या एका दगडावर बसले. त्यांच्या शेजारीच काही अंतरावर मीही ऊन अंगावर घेत बसलो.

"त्याचं असं आहे –" ते एकदम म्हणाले. लखलखीत तापलेल्या लोखंडी कांबेला पाणी दाखवताना येतो तसा त्यांचा आवाज वाटला मला!

एकाएकी बोलायला सुरुवात करून त्यांनी मध्येच विचारलं, "काय म्हणालात तुम्ही?"

काहीतरी बोलणं सुरू होतं आणि मध्येच उदास होऊन मी बोलणं थांबवलं होतं की काय असं मलाच वाटू लागलं.

माझा प्रश्नार्थक चेहरा पाहून ते म्हणाले, "–तसं नव्हे! तुम्ही नाही का विचारलंत, इथे कंटाळा येत नाही का म्हणून? त्याचंच म्हणतोय मी!"

म्हणजे डोंगरमाथ्यापासून नदीच्या पात्रापर्यंत येईतो मनाच्या गाभ्यात स्त्रवणारी

त्यांची विचारधारा आता उसळी मारून वर आली होती तर! डोंगरमाथ्यावर विचारलेल्या प्रश्नाचं उत्तर ते आता देत होते!

"माणसाला माणूस हवंच नाही का!"

"मलाही तेच म्हणायचंय! आता तुम्ही दोघं अरण्यात – माणसांचा वावर नसलेल्या जंगलात राहता. कामात असताना कुणाची गरज भासत नाही. कधी नोकर-चाकर घरी येत असतील तेव्हा थोडं बरं वाटत असेल; पण काम-धाम नसताना एकटेच बसले असताना 'का या रानात येऊन पडलो' असं नाही वाटत?"

"तसं काही नाही! माझं लग्न झाल्यापासून – नव्हे, त्याही आधीपासून मी इथं एकटाच होतो. आई-वडील लवकर वारले. अर्थात, त्या वेळी मी काही अगदी तान्हं बाळ नव्हतो! माझ्या मुंजीनंतर वर्षभरानं वडील वारले. त्यानंतर सहा-आठ वर्षांनी आई वारली. वडिलांच्या मृत्युनंतर मी आणि आई दोघंच त्या घरात राहू लागलो. कंटाळा आला की, आई माझ्याशी गप्पा मारत असे. दिवस सगळा गुरं-ढोरं, शेतमळा, नोकर-चाकर यांत जाई. त्या वेळी मला मुळीच एकटं वाटत नसे. आईच्या मृत्युनंतर मात्र मला एकलेपणाचं शल्य खऱ्या अर्थाने जाणवलं! ती गेली. त्यानंतर काही दिवस माझ्या मामाच्या घरची माणसं इथं होती. मग त्यांचेही गावी जाण्याचे दिवस आले.

"त्या वेळी मामा मला म्हणाले, 'इथं एकटा राहून काय करणार? चल, आमच्या गावी. या तापाच्या आगरात एकटा राहू नकोस.'

"मलाही ते पटलं. माझी आई थंडीतापानंच वारली होती. मलाही आठवड्यातून दोन-तीनदा ताप येतच होता. अखेर बळ्ळारीला मामाच्या गावी जायचं ठरलं. इथनं सहा कोसांवर तर बळ्ळारी. शिवाय तो भाग काही असा निर्जन नाही; पण वर्षभरातच तिथे राहणं मला अशक्य झालं. अहो, मामा आपला असला तरी मामी परक्या घरची ना! तिनं जो त्रास दिला तो मनातच ठेवला. अखेर एक दिवस कुणालाही न सांगता घरातून बाहेर पडलो.

"इथला मळा देरण्णाच्या वडिलांना कसायला दिला होता; त्यामुळे मी इथे आलो नाही. शिवाय एकट्यानं इथे राहून शेती करण्याइतकं धैर्य तरी कुठं होतं अंगात? एकटा घरी परतण्याचा विचार मनाला पटेना!

"एव्हाना मला मिसरूड फुटलं होतं. मामाच्या घरी असतानाही लग्नाचे विचार मनात डोकावून जात. आता तर तो विचार प्रबळ झाला होता.

"याच विचारात मी पश्चिम सीमा पालथी घातली!

"माझं हे वागणं काहीजणांना वेडगळपणाचं वाटत होतं. सगळे मला हसत होते; पण मुलगी द्यायला मात्र कुणीच पुढे येत नव्हतं!

"परमेश्वराची इच्छा हेच खरं! दैवानं मला वीटलगावच्या सीमेवर नेलं. मी

तिथल्या परमेश्वर भट्टांच्या घरी गेलो होतो. त्यांची एक मुलगी लग्नाची आहे हे माझ्या कानावर आलं होतंच आणि ते खरं होतं.

"परमेश्वर भट्टांचा संसार बराच विस्तारला होता. त्यांना आठ मुलं होती. त्यातल्या चार मुली! थोरली मुलगीच होती. आमच्या जातीत प्रत्येकाची थोडीशी का होईना, जमीन असतेच; पण या परमेश्वर भट्टांची थोडीही जमीन नव्हती.

"तरीही ते मला आपल्या घरी घेऊन गेले. तशा गरिबीतही त्यांनी माझं बरंच आदरातिथ्य केलं.

"त्या रात्री मी तिथंच जेवण करून मुक्काम केला.

"रात्रीचं जेवण झाल्यावर आम्ही गप्पा मारत बसलो होतो. तो गरीब ब्राह्मण आपली सुख-दु:खं माझ्यापुढे मोकळी करीत होता – 'आल्यागेल्यासमोर मी माझं रडगाणं गातो असं समजू नका –'

" 'असं का म्हणता? एखाद्याचं दु:ख कमी करण्याएवढी माझी योग्यता नसेल; पण ऐकून घेण्याइतकी सहानुभूती तर निश्चित आहे माझ्या मनात!' त्यांना संकोच वाटू नये म्हणून मी म्हणालो.

"माझं बोलणं ऐकून त्यांना धीर आला असावा. मन मोकळं करत ते म्हणाले, 'गरिबाचा पोरवडा मोठा असतो म्हणतात ते अगदी खरं आहे! चार मुली पदरात आहेत आणि त्यातही थोरली मुलगीच! गरिबाच्या लेकीला कोण विचारतंय? तिचं लग्न नाही झालं अजून. जमिनीचा तुकडाही मालकीचा नाही! अशा हव्यक ब्राह्मणाची काय किंमत? तशी मध्यंतरी शिरसी सिद्दापूरकडची दोन-तीन स्थळं आली होती; पण इतक्या दूरवर मुलगी दिली तर तिला भेटायला जायला तरी जमेल का आम्हा गरिबांना?'

"परमेश्वर भट्टांची पत्नीही एव्हाना गप्पांत सामील झाली – 'याच पंचक्रोशीत कुठल्याही कोपऱ्यात देऊ आमच्या मुलीला! म्हणजे पायी का होईना, अधूनमधून तिला भेटता येईल. शिरसी सिद्दापूरला मुलगी दिली की, पुन्हा भेटायचीच नाही आम्हाला! पण आमची शंकरी फार समजूतदार! ती म्हणते, असं काही म्हणू नका आणि माझ्यासाठी तुम्ही त्रासही घेऊ नका! मी म्हणते, आम्हाला त्रास होतोय म्हणून पोटच्या गोळ्याला इतक्या लांब का द्यायचं?'

"त्या रात्री मी तिथेच झोपलो. रात्रभर माझ्या डोळ्याला डोळा लागला नाही. माझी मन:स्थिती कशी झाली असेल याचा तुम्हीच विचार करा. मी त्यांच्या मुलीला पाहिलं होतं. चांगली धडधाकट होती ती. तिच्या आईनं तर सांगितलं होतं, या पंचक्रोशीत कुठेही, कुठल्याही कोपऱ्यात देऊ म्हणून! या आमच्या गावी खायची-प्यायची काळजी नाही. गरिबीची तर चाहूलही नाही आणि जवळचंच गाव! मला ते मुलगी देतील अशी आशा वाटू लागली.

"पण काही झालं तरी मी आपणहोऊन कसं विचारणार, मला तुमची मुलगी द्याल का म्हणून?

"काय करावं?

"एकदा वाटलं, जावं मामाच्या घरी आणि पाहावं काही जमतं का? पण मामीची आठवण येताच मनातला तो विचार काढून टाकला. अखेर पहाटे पहाटे केव्हातरी डोळा लागला.

"दुसऱ्या दिवशी त्यांच्या घरातून निघालो. परमेश्वर भट्टांनी निरोप घेत म्हटलं, 'निघताय?'

" 'हो – कुंबळ्ळीला थोडं काम आहे.'

"त्यांनी कामाची चौकशी केली. मीही काहीतरी थातूरमातूर उत्तर दिलं; पण माझं पाऊल तिथून बाहेरच निघत नव्हतं.

"त्यांच्या घराच्या उंबरठ्यापर्यंत गेलो, थबकलो; पुन्हा माघारी वळलो.

"परमेश्वर भट्ट तिथेच उभे होते. त्यांनी विचारलं, 'काही विसरलात का?'

" 'अं? काही नाही –' पुढे काय बोलावं ते मला सुचेना. त्यांनी पुनःपुन्हा विचारलं.

"अखेर एकदाचा म्हणालो, 'तुम्हाला तुमच्या मुलीसाठी मुलगा पाहायचाय ना? याच पंचक्रोशीतला हवा असेल तर आमच्या गावी आहे एक मुलगा! तुम्हाला पाहायचा असेल तर चला, खायला-प्यायला भरपूर आहे; पण गाव मात्र आडरानात आहे.'

" 'या पंचक्रोशीत कुठे का असेना! या तीन तालुक्यांतला कुठलाही कोपरा चालेल. सुब्रह्मण्यपर्यंत कुठेही चालेल –'

" 'सुब्रह्मण्यच्या पायथ्याशीच आहे त्याचं घर. तुम्ही असं करा, त्याचं घर वगैरे पाहा आणि नंतर ठरवा. मलाही काही काम नाही. हवं तर मी येतो तुमच्याबरोबर.' मी म्हटलं.

"दुपारचं जेवण झाल्यावर ते माझ्याबरोबर यायला निघाले. दोन दिवसांच्या प्रवासानंतर आम्ही दोघं केळबैलूला आलो. त्या वेळी माझं शेत देरण्णाच्या वडिलांकडे होतं. मला पाहताच तो पुढे झाला आणि म्हणाला, 'तुम्ही नसताना तुमचे मामा आले आणि तुमच्या वाट्याचे पैसे घेऊन गेले मालक!'

"मी त्याला नजरेनंच खुणावून गप्प बसवलं. तिथंच थोडंफार सामान मागवून स्वयंपाक केला, जेवलो आणि झोपलो.

"दुसऱ्या दिवशी अंघोळीसाठी इथंच आलो होतो आम्ही. त्या वेळी मी हा असाच या दगडावर बसलो होतो! सगळी परमेश्वराचीच कृपा म्हणायची!''

"मग पुढे काय झालं? तुमचं त्यांच्या मुलीशी लग्न झालं ना? तुमच्या पत्नीचं

नावही शंकरम्मा आहे!''

''नंतर लग्न झालं खरं; पण त्या दिवशी त्या भट्टाला माझा डाव समजला नाही. इथे सगळ्या शेतीवाडीतून त्यांना फिरवलं आणि शेवटी घरी घेऊन आलो. ओसरीवर बसवलं आणि विचारलं, 'आता शहाळी मागवू?'

''एव्हाना इथली जमीन आणि पाण्याची मुबलकता पाहून त्यांचं मन तृप्त झालं होतं; पण जेव्हा 'मुलगा' पाहायला गेलेल्या घराचं कुलूपही मीच काढलं तेव्हा मात्र त्यांना आश्चर्य वाटलं!

''मी नोकराला हाक मारली. आमचा देरण्णा माझ्याच बरोबरीचा. तो धावत आला आणि मला विचारू लागला, 'काय मालक! केव्हा आलात? कसे आलात?'

''आता मात्र परमेश्वर भट्ट माझ्याकडे डोळे विस्फारून पाहू लागले. अखेर ते नि:संकोचपणे हसले आणि म्हणाले, 'अरेच्चा! मला असे फसवून घेऊन आलात का? याची काय गरज होती? आम्हा गरिबांचा साधा सार-भात खाऊन मला ही श्रीमंती दाखवायची होती का? अहो, मला तर साधा एक-दोन पोफळींचा मालकही पुरेसा होता जावई म्हणून!'

''त्यांना तर हा स्वर्गच वाटला. इथे आपली लेक राहिली तर अधूनमधून भेटता येईल असंही वाटलं असावं!

'' 'काही का असेना, तुम्हाला हा जावई चालेल ना?' मीही मोकळेपणानं हसत विचारलं.

'' 'आमची शंकरी नशीबवान म्हणायची! माझी काहीच हरकत नाही. लग्न कुठे करायचं? इथे की आमच्या दारात साधेपणानं करून देऊ?' त्यांनी उत्साहानं विचारलं.

'' 'कुठेही चालेल, तुम्हाला जसं सोयीचं वाटेल तसं करा!' मी म्हटलं.

''एकूण काय, आधी जावई ठरवून, मग कुंडली जुळवून त्या महिनाअखेरीस माझं आणि शंकरीचं लग्न झालं! ती माझ्या घरी आली. माझा मामा मात्र माझ्यावर रागावून लग्नालाच आला नाही; पण त्यामुळे माझं काही अडलं नाही. सासऱ्यांनी लग्न लावून दिलं आणि त्यांच्या मुलीनं माझं घर उजळलं!

''परमेश्वर भट्ट होते तोपर्यंत वर्षातून दोनदा इथं येऊन भेटून जात. त्यांच्या इतरही मुलींची लग्नं झाली. जिथं जिथं त्यांचं ऋण होतं त्या त्या घरी त्या गेल्या. शंकरीचं ऋण इथं होतं; ती इथं आली. आजही हे आठवलं की आश्चर्य वाटतं.''

गोपालय्या अजूनही पाण्यातच पावलं ठेवून बसले होते. त्यांची दृष्टी पावलांच्या अंगठ्यावर स्थिरावली होती. ते पुढे म्हणाले, ''आई वारली तो प्रसंग आजही आठवतोय मला! आई गेली आणि मी पोरका झालो. जगातलं सगळं प्रेम माझ्या दृष्टीनं आटून गेलं होतं. त्यानंतरचे ते दिवस कुठल्याही आधाराशिवाय आणि

आत्मविश्वास संपूर्णपणे गमावलेल्या स्थितीत मी कसे काढले ते माझं मलाच ठाऊक! माझी दुर्दशा संपली तेव्हा शंकरी माझ्या घरी आली. माझं घर तिनं प्रकाशानं उजळून काढलं!''

''तुम्हाला मुलंबाळं –?'' मी कुतूहलानं विचारलं.

''एक मुलगी होती, ती वारली. ती बारा वर्षांची असताना तिचं लग्न करून दिलं. बळ्ळारीलाच दिली होती तिला. लग्नानंतर दोनच वर्षांनी, ज्यानं दिली होती त्यानंच नेलं तिला! तिच्या पाठी एक मुलगा – तो म्हटलं तर आहे, म्हटलं तर नाही!''

''म्हणजे?''

''मुलीहून दोन वर्षांनी लहान तो! महायुद्धानंतर सुपारीला चांगला भाव आला त्या वेळी आम्हा हव्यक ब्राह्मणांना इंग्रजी शिकण्याचं वेड नाही का लागलं? त्यानंतरचा त्याचा जन्म. सगळी मुलं त्या वेळी इंग्रजी शिकायला मंगळूर-पुत्तूरला जात असत. मलाही त्याचा मोह पडला आणि मीही अविचारानं माझ्या शंभुला इंग्लिश शाळेत घातलं –'

''शंभू त्याचं नाव?''

''हं! फार लाघवी मुलगा होता तो! माझ्या शंकरीचा सगळा भाबडेपणा उतरला होता त्याच्यात! नंतर मात्र तो कुणाच्या संगतीत होता, कोण जाणे! आमच्या घरापासून तो दुरावलाच! पुत्तूरला होता, त्यानंतर त्याचं येणं कमीकमी होत गेलं. कधीतरी येऊन आपल्या आईला भेटून गेला तरी खूप झालं असं वाटत होतं मला! पण तो दुरावला तो दुरावलाच! गेल्या दहा वर्षांत तर त्याची काहीच बातमी नाही. बी.ए. झाला; एलएल.बी.साठी मुंबईला गेला. त्याच वेळी त्याचं लग्न करायचं आम्ही ठरवलं होतं. त्यालाही नकार दिला त्यानं. लग्न झालं असतं तर बायकोच्या मोहापायी तरी आला असता की काय, कोण जाणे! आता तोही प्रश्न नाही.''

मुलाच्या आठवणीनं गोपालय्या व्याकूळ झाले होते. बराच वेळ ते निश्चल बसून होते. त्यांच्या डोळ्यांतील अश्रू पाण्यात मिसळून त्या पाण्याचा थंडावा कमी करून गेले; पण हे अश्रू मुलाच्या हृदयात मातृ-पितृप्रेमाची ऊब निर्माण करण्यास असमर्थ असल्याचं गोपालय्यांनाही चांगलं ठाऊक होतं!

बराच वेळ ते काही बोलले नाहीत.

मला शंकरम्मांच्या बोलण्याची आठवण झाली. मी गोपालय्यांना म्हणालो, ''घरी लवकर परतायला सांगितलंय नाही का?''

''तेही खरंच म्हणा! एकदा मी या विचारात गुंतलो की, दिवसच्या दिवस असे जातात! पुरुष असून माझी ही गत! मग तिची काय परिस्थिती होत असेल? पण काय उपाय? तो पुन्हा या गावी येईल असं मला तरी वाटत नाही! तेही जाऊ द्या;

पण वर्षातून एखादं पत्र लिहायला काय हरकत आहे? तेही केलं नाही त्यानं! आता इथली परिस्थिती पाहताय तुम्ही! सगळं मुबलक आहे. वकिलीचा हट्ट सोडला तर काहीही कमी पडणार नाही; पण देवाच्या मनात काय आहे कोण जाणे! इथं आम्ही दोघंच असतो. दोघंही एकाच क्षणी गेलो तर प्रश्नच मिटला. पण समजा, कुणावर माघारी एकटं राहण्याची वेळ आली तर?''

मी विचारलेल्या एका सामान्य वाटणाऱ्या प्रश्नानं त्या एकाकी जीवाचे विचार ढवळून काढले होते तर! मुलाची काळजी त्यांच्या मनाला सतत पोखरतच असेल!

'परमेश्वराची इच्छा' म्हणत ते उठले. मीही उठलो आणि त्यांच्या पाठोपाठ निघालो.

ते अबोलपणानं घराच्या दिशेनं चालू लागले. काहीही न बोलता मी त्यांच्या बरोबरीनं चालण्याचा प्रयत्न करू लागलो.

तीन

काही न बोलता आम्ही दोघं घराकडे वळलो.

त्यांच्या आग्रहामुळे त्याच दिवशी तिथून निघण्याचा विचार मी रहित केला. आपल्यामुळे कुणाला तरी बरं वाटतंय या भावनेनं मला अभिमान वाटला!

पण असा मी किती दिवस तिथं राहणार? त्यांच्या हरवलेल्या मुलाची जागा माझ्यासारखा चार दिवसांचा पाहुणा कशी घेऊ शकेल?

काही का असेना, माणसांसाठी आसुसलेल्या त्या जोडप्याला काही वेळ तरी मी आनंद दिला या विचारानं मला बरं वाटलं.

माझ्या डोळ्यांसमोरून अनेक दृश्यं तरळून गेली. या निसर्गरम्य परिसरात शंकरम्मा आणि गोपालय्या नवविवाहित म्हणून कसे वावरले असतील? एकमेकांच्या व्यक्तित्वात कसे मिसळून गेले असतील? नव्या जीवनाची वाटचाल करत असताना त्यांनी कशी मधुर स्वप्नं रंगवली असतील? त्यांच्या जीवनात मुलंबाळं जन्मण्याचा आनंद आणि मुलीच्या लग्नाचा हर्ष कसा उचंबळला असेल? अन् –

– अन् मुलीच्या अकाली निधनाचं दुःख त्यांनी कसं सहन केलं असेल?

गोपालय्यांच्या तोंडून ऐकलेली हकिकत आणि माझी कल्पनाशक्ती यांच्या मिश्रणातून घराच्या जवळपास येईतोपर्यंत माझ्या डोळ्यांसमोर त्यांच्या मुलाची एक आकृती उभी करायचा मी प्रयत्न करू लागलो. का कोण जाणे, पण हा शंभू कधीतरी भेटला असावा असं मला वाटू लागलं होतं. कुठल्यातरी क्षणी, कुठेतरी तो मला भेटून गेला असावा; पण तेव्हा तो लहान मुलगा नक्कीच नसणार. तरुण आणि उत्साही! जीवनाला मिळालेल्या एखाद्या वेगळ्याच कलाटणीमुळे त्याला आपल्या आई-वडिलांचा विसर पडला असावा.

पण कुठं भेटला असावा तो? कुठल्या गावी?

तोच शंकरम्मांचा आवाज ऐकू आला, "स्वयंपाक थंड होईल म्हणून म्हणत

होते, गप्पांच्या नादात भरकटू नका म्हणून! आता पाहुण्यांना थंडगार अन्न जेवावं लागेल त्याचं काय? तुमच्या निरर्थक गप्पांचा परिणाम हा!''

''फार उशीर झाला का?'' मी विचारलं.

''तुम्हाला भूक लागली असेल म्हणून म्हटलं मी! हे एकदा गप्पा मारायला लागले की सगळं विसरतात!''

''दररोज कोण भेटतंय गप्पा मारायला, शंकरी?'' गोपालय्या हसत म्हणाले; पण त्या हसण्यामागची व्यथा मात्र मला जाणवली होती. मुलाच्या वियोगाचं दुःख त्यांच्या हसणाऱ्या ओठाआडून आणि नजरेतून जाणवत होतं.

जे मला जाणवलं ते शंकरम्मांच्या नजरेतून कसं निसटेल? इतक्या वर्षांची जवळीक त्यांची! त्या म्हणाल्या, ''पाहुण्यांना काय वाटेल याचा तरी विचार करायचा!''

त्या माझ्याकडे वळून म्हणाल्या, ''आम्हा दोघांचं एकच शल्य आहे. एकदा का होईना, लेकराला पाहायचं! पण त्यालाही आम्हाला भेटावंसं वाटायला हवं की नाही? वर्षातून एकदा तरी आई-वडिलांना भेटायची इच्छा व्हायला हवी त्याला!''

मी म्हणायचं म्हणून म्हणालो, ''न येऊन सांगतो कुणाला? येईल तो! आज ना उद्या नक्कीच येईल!''

आम्ही दोघं पानावर बसलो. ते जेवण निश्चितच रुचकर असलं पाहिजे! दुधा-तुपाची तर तिथं कमतरता नव्हतीच! शंकरम्मांनी स्वतः तयार केलेले अनेक पदार्थ पानभर मांडले होते! पण माझं त्यांच्याकडे लक्ष नव्हतं!

आदल्या रात्री झोपेच्या अमलाखाली असल्यामुळे मला जेवणाची चव समजली नव्हती. आज तर चक्क जागा होतो मी! तरीही कसलीच चव मला समजली नाही! आदल्या रात्री निद्रेचा अंमल होता, तर आज त्या वृद्ध दांपत्याविषयीची चिंता मनाला ग्रासत होती.

जेवण झालं. आम्ही दोघं बाहेर ओसरीवर बसलो. पान-सुपारी घेतली. कामं आवरून शंकरम्मा आल्या. त्यांनीही विड्याचं तबक समोर ओढलं. पानाचा विडा तोंडात सारून त्या काही क्षण स्वस्थ बसल्या. तोच त्यांना एका वासराच्या दुखावलेल्या पायाची आठवण झाली. त्या उठून गोठ्याकडे गेल्या.

गोपालय्याही उठले. अंगणात उतरले. तिथल्या फळकुटावर बसून ढिगाऱ्यातील एकेक पोफळ कोयत्यानं सोलू लागले. पोफळांचा ढीग काही फार मोठा नव्हता. नोकरांनीही ते काम केलं असतं; पण काहीही न करता बसणं गोपालय्यांच्या स्वभावातच नसावं! एकेक पोफळ सोलून टोपलीत पडत होतं. तसाच त्यांच्या तोंडून एखादा शब्द बाहेर पडत होता.

काही वेळ तसाच गेला.

त्यांना एकदम काहीतरी आठवलं. उरलेल्या पोफळी पुन्हा ढिगात सारत ते म्हणाले, ''आज एवढंच पुरे. तुम्हाला आमचा काटुमूलेचा मळा दाखवतो. भर उन्हातही पाण्याची आवश्यकता नाही तिथं! बाराही महिने तिथली जमीन ओलसर असते. तिथे थोडी शेतीही केली आहे आम्ही. ऊस आणि भात पिकवतो! तिथलं सगळं आमचा नारायणच पाहतो.''

''चला जाऊ या. या तुमच्या गावात कुठंही फिरलं तरी देवलोकात वावरल्यासारखं वाटतं. इतकं मुबलक पाणी, अशी हिरवळ कुठेच पाहिली नाही मी! इतकी सुरेख जागा सोडून सगळे कुठल्यातरी ओसाड गावी का धावतात कोण जाणे!''

तोंडानं मी असं म्हणत होतो खरं; पण माझं मन नेमकं उलट दिशेनं विचार करीत होतं.

अशी जमीन कुणी मला बक्षीस दिली असती तरी मी इथं राहिलो नसतो, हे नक्की!

माणसाच्या कुवतीचा उपहास करणारे ते डोंगर, विजेच्या फटकाऱ्यांसारखे ते पाण्याचे ओहोळ! खुदुखुदु हसत धावणाऱ्या त्या सडपातळ धबधब्यांमध्ये कितीही कठीण कातळाचे दोन तुकडे करण्याची ताकद होती! नवजात ओहोळाचं पाणी जमिनीला दुभंगून मार्ग काढत वाहत होतं!

ज्या प्रदेशाच्या कन्या आणि नवजात बालकं इतकी सामर्थ्यशाली, तिथले पुरुषगण कसे असतील याची कल्पनाच केलेली बरी!

इथलं प्रत्येक पर्वत-शिखर ताठपणे उभं होतं, पाच-सहा फुटी मानवाला मुंगीसारखं तुच्छ लेखत, हेटाळणी करत. पर्वतामुळे येणारी ही क्षुद्रतेची भावना माझ्या मनावर दडपण आणत होती!

अशा निसर्गावर माणूस कशी हुकूमत गाजवू शकेल? इथल्या पार्श्वभूमीवर मानवाची 'भव्य कृती' असलेलं पोफळीचं झाडसुद्धा एखाद्या छोट्या गवताच्या पात्याप्रमाणे भासत होतं. इथला भव्य निसर्ग मानवाची थट्टाच करत आहे असं मला वाटत होतं.

मी काहीच बोलत नाही असं पाहून गोपालय्यांनी विचारलं, ''का हो, सकाळच्या फिरण्यानं थकलात वाटतं? तसं असेल तर थोडी झोप घेऊन ताजेतवाने व्हा.''

त्यांचं बोलणं ऐकून मला लाजल्यासारखं झालं. ते माझ्या दुप्पट वयाचे असून माझ्या बरोबरीने रानात हिंडत तर होतेच, शिवाय घरी येऊन कामंही करीत होते आणि मी मात्र एवढ्याशा फिरण्यानं दमून जायचं? छे!

''काही गरज नाही. इथून निघण्याआधी शक्य तेवढा परिसर पाहून जाईन मी!'' मी म्हटलं.

दुपारचं जेवण पचण्याआधीच कॉफीची कळशी समोर आली. शिवाय पानावर

केळीही येऊन पडली! आणि वर गोपालय्यांनी दिलगिरी व्यक्त केली, ''पावसाळ्यात फणसाचं वैभव इथं! आता मात्र फक्त केळीच!''

मी केळ्यांना हातही न लावता, कॉफीची लोटी हातात घेतली. ते पाहून गोपालय्या म्हणाले, ''काय हे! तुमच्या वयाचा असताना मी दगड पचवत होतो!''

मी हसलो, ''तुमचं वेगळं! कष्ट करणाऱ्यानं कितीही खाल्लं तरी पचतं. मी आपला एकाच ठिकाणी बसून राहणारा – खुर्चीवरचा राऊत! एवढंही पचवणं कठीणच!''

गोपालय्या हसत उठले. कमरेचं धोतर करकचून बांधून झटकत, नाकात तपकिरीची चिमूट सारत, बागेच्या कुंपणापाशी जाऊन त्यांनी जोरानं हाक मारली, ''देरण्णा, काटुमूलेला येणार?''

त्यांचा दणदणीत आवाज चार डोंगरांवर आदळला. त्याचे प्रतिध्वनी ऐकू आले, ''देरण्णा, देरण्णा.'' तो आवाज विरण्याआधी देरण्णाचा आवाज ऐकू आला, ''हाक मारलीत, मालक? आलोच!''

आणि काही क्षणांतच तो आम्ही होतो तिथे दाखलही झाला! हा आवाजावरच स्वार होऊन आला की काय असं मला तरी वाटलं!

''देरण्णा, या परगावच्या पाहुण्यांना आपलं गाव पाहायचंय. काही काम नसेल तर तूही चल. काटुमूलेला जाऊन येऊ.''

''आता कसलं काम? पेरणी झाली, कुंपण घातलं. आता कापणीपर्यंत फक्त कीडच मारायची. शिवाय यंदा उसाचीही कटकट नाही.''

''आमचा देरण्णा या पंचक्रोशीत उसाच्या लागवडीसाठी प्रसिद्ध आहे हं! पण या वर्षी त्यानं उसाची लागवड केली नाही. तसा मीही घरापुरताच लावलाय; हा देरण्णा मात्र पैशासाठी ऊस पिकवतो; पण गुळाला बरा भाव नाही मिळाला तर मात्र सगळा गूळ डोक्यावर थापायची वेळ येते!''

''मीही तुमच्यासारखा फक्त घरच्यापुरता ऊस लावला असता; पण आमच्या घरी ब्राह्मणांइतका गुळाचा खप कुठला? शिवाय आता काळही बिघडलाय बघा! गतवर्षी अर्धा एकर ऊस लावला तर अर्धा मणही गूळ झाला नाही!''

''एवढं श्रमून, एवढी काळजी घेऊनही हाता-तोंडाशी आलेला उभा ऊस हत्ती आणि रानरेड्यांच्या तोंडीच जाणार असेल तर कोण राबणार? कुणाला परवडेल हे?''

देरण्णाचं रडगाणं ऐकून मला त्याची कीव आली.

त्याचं बोलणं ऐकून गोपालय्यांना काहीतरी आठवलं आणि ते म्हणाले, ''देरण्णा, माझ्या बंदुकीची काडतुसं संपलीत. तुझीच बंदूक घे. दोन-तीन काडतुसंही सोबत असू देत. काटुमूलेला पुन्हा हत्तीचा त्रास होतोय म्हणे! नारायणचा तसा निरोप आलाय.''

"बरं, आणतो; पण काय उपयोग त्याचा? ते हत्ती आपल्या बंदुकींना थोडेच घाबरतात?"

"तरीही सोबत असू दे. घरी परत येताना रात्र झाली तर बरोबर हवं ना काहीतरी! शिवाय तो नतद्रष्ट वाघ आहे ना! आपल्या नागण्णाच्या खोपटातून त्यानं एक वासरू पळवलंय!"

"कधी?"

"कालच रात्री. दिवस मावळल्यानंतर दोन घटकांनी!"

"म्हणजे काल आपण आलो त्या वेळी बरं का पाव्हणं!" देरण्णा माझ्याकडे वळून म्हणाला, "त्याच रस्त्याला खोपटं आहे त्याचं. मला वाघाचा वासही आला होता! त्याच भीतीनं तोंड न उघडता घरी आलो. त्या वाघाचा काटा निघेपर्यंत हातात हत्यार न घेता फिरणं योग्य नव्हे! अहो, रानात गेलेल्या एका गुराख्यावर झडप घालून त्याचा हात तोडला; गेल्या आठवड्यात!"

"काय झालं रे त्या पोराचं देरण्णा? आपल्या बङ्घ्याच्या नात्यातलाच तो. दोन दिवस बरीच गंभीर होती त्याची प्रकृती. आता कसा आहे ते विचारायला विसरलोच होतो. वाघाची नखं आणि दात विषारी असतात नाही का देरण्णा?"

"मलाही नक्की ठाऊक नाही त्या माणसाचं काय झालं ते; काही का असेना, तुम्ही थांबा. मी आलोच." असं म्हणत तो आपल्या घरी गेला.

माझ्या मनातली वाघाची भीती पोटात गोळाच उठवत होती.

देरण्णानं घरी जाऊन काडतुसं आणि बंदूक आणली. ती बंदूक हातात घेत गोपालय्यांनी मला विचारलं, "येताना अंधार झाला तर तुम्हाला भीती नाही ना वाटणार?"

"तुम्ही असताना मला कसली भीती?" असं मी म्हणालो खरा! पण आपल्या गावातल्या वाघाला घाबरणाऱ्या त्या दोघांवरच माझी भिस्त असल्यामुळे माझ्या मनाची अवस्था काय झाली ते माझं मलाच ठाऊक!

आम्ही तिघं नदीपाशी आलो. नदीचं पाणी सकाळइतकंच थंडगार होतं. मी ओंजळीत थोडं पाणी घेऊन तोंडात घातलं.

"असं पटकन पाणी पिऊ नका. ताप येईल!" देरण्णानं मला सावध केलं.

एव्हाना पाण्याच्या थंडपणानं शहारून मी ते तसंच तोंडाबाहेर सोडूनही दिलं होतं!

नदी ओलांडून आम्ही समोरच्या हिरवळीत शिरलो. तिथली सगळी जमीन ओलसर होती. चिखलच होता म्हणा ना सगळीकडे! तिथलं गवत खूपच दाट होतं. आठ-दहा गुरं चरण्यात रंगून गेली होती. त्यांच्या गळ्यांतल्या कळकाच्या घंटांचा आवाज दूरवर ऐकू येत होता. जवळच गुरं राखणाऱ्या बाल-गोपालांचा आवाज ऐकू

येत होता.

आमची पाऊलवाट गवताच्या राबाच्या बाजूनं जाऊन पूर्वेचा डोंगर चढत होती. भरपूर वाहत्या पाण्यामुळे तिथल्या काळ्या मातीवर पावलं रोवणं कठीण वाटत होतं. पावलं घसरत होती. देरण्णा आणि गोपालय्यांनी त्या रस्त्यानं चालताना मला पार हरवलं होतं!

डोंगरावर चढताना दाट अरण्यातून आमची पाऊलवाट निघाली. तिथल्या भल्यामोठ्या वृक्षांत 'तू उंच की मी?' अशी चढाओढ लागलेली दिसत होती! त्या वृक्षांच्या खोडाजवळून त्यांच्याहून अधिक उंचावर जाण्यासाठी निघालेले आमच्यासारखे तीन मानव छोट्या चिमणीच्या पिल्लांसारखे भासत होते! पावलोपावली मानवाच्या क्षुद्रतेची जाणीव होतच होती!

पण माझे ते दोन मित्र मात्र रोजच्या सवयीमुळे त्या प्रचंड वृक्षराजीची किंवा उत्तुंग डोंगरांची दखल न घेता आपल्याच जगतातील समस्येविषयी बोलत होते.

देरण्णाचा एक बैल बराच म्हातारा झाला होता. तो विकून त्याऐवजी एक रेड्याची जोडी घ्यावी असं गोपालय्यांचं मत होतं. बैलाच्या तीन-तीन जोड्या असल्या तरी वाऱ्यानं उडून जाणाऱ्या त्या गुरांकडून पुढच्या वर्षीची शेती निभणं कठीण असल्याचं ते ठासून सांगत होते. नारायणच्या पाण्यात पडून मेलेल्या एका बैलाची चर्चा त्या जोडीलाच चालली होती. त्यानं रेडाच विकत घेणं कसं योग्य आहे, हेही ते सांगत होते.

"कुठला बैल? तो भुरा? गेल्या बाजारात आणला तो?"

"हं! तोच! अखेर नशीब कुणाच्या हातात आहे?"

"यंदा म्हैसही घ्यायचीय ना तुम्हाला?"

"हो ना! घरातली म्हैस आटलीय. दूध पुरवठ्याला येत नाही. पाणीदार ताक पिऊन जीव वैतागून गेलाय अगदी!"

त्यांच्या गप्पा ऐकता ऐकता रस्ता सरत होता.

एकाएकी सगळ्यात पुढे असलेला देरण्णा एकदम मागे सरला.

"थांबा!"

"काय?" गोपालय्यांनी विचारलं.

समोरच्या मोकळ्या माळाच्या टोकाला एके ठिकाणी त्यानं बोट दाखवलं. तिथे काही काळे ठिपके दिसत होते.

"रानरेडे ना?" गोपालय्यांनी विचारलं.

"मागं परतायचं?" मी विचारलं. माझ्या छातीत धस्स झालं होतं!

"थांबा!" देरण्णा म्हणाला. त्यानं बंदूक सरसावली.

पण गोपालय्यांनी हातानंच त्याला रोखलं. मी तर घाबरून गेलो होतो. त्या

गव्यांना आमचा वास आला की काय कोण जाणे! त्यांचा कळप शेजारच्या जंगलात क्षणार्धात नाहीसा झाला.

"ते पुन्हा नाही ना येणार?" मी विचारलं. रानरेडे गेले तरी माझी भीती कमी झाली नव्हती!

"एवढं कशाला घाबरायचं? आपल्याकडे बंदूक आहे ना!" गोपालय्या म्हणाले.

गवताचं मैदान ओलांडून, झुडपातून पुढे जात आम्ही त्या डोंगराच्या माथ्यावर जाऊन पोहोचलो.

"आता सरळ उजवीकडे वळून खाली उतरलं की, आलाच आमचा काटुमूले मळा!" गोपालय्या म्हणाले.

मला तर खाली पाताळलोकच दिसला. ते दोघं आजूबाजूच्या गवताचा आधार घेत झाडावरून उतरावं तसा डोंगर उतरू लागले. खाली तोंड करून माकडांसारखं उतरावं की त्यांच्यासारखं पाताळलोकाकडे पाहत उतरावं, या काळजीत मी पडलो. अखेर आमच्या शहराचा अपमान होऊ नये म्हणून त्यांच्यासारखाच खाली उतरलो एकदाचा!

आता खाली पाताळलोकाऐवजी शेतीची जमीन, छोटीशी पोफळीची बाग आणि उन्हात तळपून उठणारे, दगडांनी बांधलेले दोन तलाव दिसू लागले.

"तोच काटुमूले मळा!" गोपालय्यांनी मोठ्या अभिमानानं हात करून दाखवत म्हटलं.

आणखी थोडा डोंगर उतरून थोड्या सपाट जागी आलो. तिथे सगळीकडे भरपूर पाणी पाझरून वाहत होतं. तिथे पाऊल ठेवताच चार-सहा जळवा माझ्या पायाला चिकटल्या! त्या जळवांपासून स्वत:ला कसं वाचवावं या विवंचनेत मी असतानाच गोपालय्या म्हणाले, "देरण्णा, ही हत्तीची पावलं पाहिलीस का? नशीब! मळ्याला धक्का लागलेला नाही. हत्तींच्या मनात आलं तर या सगळ्याचा सत्यनाश करायला कितीसा वेळ लागणार?"

मळ्यात पाऊल ठेवताच आवाज ऐकू आला, "कोण ते?"

तो नारायणचाच आवाज होता. त्या आवाजापाठोपाठच माकडांच्या उपद्रवामुळे खाली पडलेल्या पोफळी सोलणाऱ्या नारायणचं दर्शन झालं.

वयानं लहान, शरीरयष्टीही लहानसर, हव्यकांसारखीच सडपातळ, वैशिष्ट्यपूर्ण, ना उंच ना ठेंगणी अशी मूर्ती! त्यातही नजरेत भरणारी दोन वैशिष्ट्ये म्हणजे, वयाच्या मानानं थोडे अधिक पिकलेले केस आणि थंडी-तापामुळे फुगीर झालेलं त्याचं पोट!

ती अकाली पडलेली पोफळ पाहून गोपालय्या हळहळले, "देरण्णा, काय करू या माकडांना?"

देरण्णा शांतपणानं म्हणाला, "तुम्हा ब्राह्मणांना शास्त्राची फार काळजी! काडतुसांनी चार-आठ माकडं मारली तर नाही का हा त्रास थांबणार?"

मुखरस थुंकून नारायण बोबडं बोलत म्हणाला, "काडतुसाचे आवाज काढले, बार टाकले; पण काही उपयोग होत नाही!"

"नुसत्या आवाजानं घाबरायला ती काय मूर्ख माणसं आहेत? एक-दोन माकडं मारा! म्हणजे उरलेली फिरकणार नाहीत!" देरण्णानं सांगितलं.

नारायणचं माझ्याकडे लक्ष गेलं होतं. त्यानं गोपालय्यांना विचारलं, "मामा, हे कोण पाहुणे! कुठून आलेत?"

"ते सगळं नंतर सांगेन, त्यांना आपल्या उसाची चव दाखवायची आहे. जा, घेऊन ये पाहू!" गोपालय्यांनी सांगितलं.

"घराकडे चला तुम्ही. मी आलोच ऊस घेऊन." असं म्हणत तो निघून गेला.

आम्ही मळा ओलांडून घराजवळ आलो.

घराचं अंगण बरंच प्रशस्त होतं. त्यात पोफळी पसरलेली होती. अंगणाच्या मानानं घर मात्र छोटंसं होतं. अंगणात खेळणारी दोन मुलं आम्हाला पाहून घरात पळून गेली! त्यामुळेच कदाचित त्या मुलांची आई दरवाजात येऊन उभी राहिली. ती बहुधा नारायणची पत्नी असावी, असं मला वाटलं.

"पाहा ना मामा, माणसांना घाबरतात ही मुलं!" ती हसत हसत म्हणाली. ओसरीवर चटई अंथरून तिनं पाय धुण्यासाठी पाणी आणून दिलं. आम्ही दोघांनी पाय धुतले. देरण्णाही शेजारच्या पाटावर पाय धुवून आला. आम्ही ओसरीवर बसलो.

काही मिनिटांतच नारायण चार शहाळी आणि दोन लांब ऊस घेऊन आला. त्या शीतोपचारानं जीव सुखावला! तांबूल सेवन झालं. नस्यानुसंधानही झालं.

गोपालय्यांनी विचारलं, "नारायण, काल हत्ती कुठल्या बाजूला आले होते? आम्ही आता आलो तिथूनच ना?"

"हो, तिथंच! रात्री एकाएकी गडबड ऐकू आली. इकडूनच बार टाकले. ते मळ्यात शिरले असते तर काहीच करता आलं नसतं!"

"हे पाहा, आजूबाजूच्या खंदकात माती साठली आहे. ते खंदक पुन्हा खोल करून घ्यायला पाहिजेत. दुसरा कुठलाही उपाय नाही! देरण्णा, हा हत्तींचा त्रास नसता, तर काटुमूले म्हणजे इथलं नंदनवनच झालं असतं! आजवर या मळ्यातल्या पिकांवर रोग म्हणून पडला नाही कधी!"

"या काटुमूलेत कसलीच कमतरता नाही. सोन्यासारखी दोन-दोन पिकं घेता येतात वर्षाकाठी! पण इथं खरा त्रास आहे तो नोकरांचा! पश्चिम भागातून आलेली माणसं इथं मुळीच टिकत नाहीत! गेल्या वर्षीचे नोकर या वर्षी येत नाहीत आणि

या वर्षीचे पुढच्या वर्षी राहत नाहीत!'' देरण्णा म्हणाला.

''खरंय.'' नारायण उत्तरला, ''इथं येऊन थंडी-तापानं मरायचंय की काय त्यांना? या गावाशिवाय राबायला अनेक गावं आहेत; पण आपलं तसं कुठाय? इथं राहण्याशिवाय गत्यंतरच नाही!'' तो माझ्याकडे वळून म्हणाला, ''मी प्रथम इथं आलो त्या वेळी गोठ्यातल्या जनावरांसारखं आज-उद्या पळून जाऊ या असं ठरवत होतो! आमच्या मामांनी मला लग्नाच्या खुंट्याला बांधलं नसतं तर मी मुळीच इथं राहिलो नसतो!''

'हे कोण मामा?' अशा दृष्टीनं मी गोपालय्यांकडे पाहिलं.

''मीच याचा मामा! पण सासरा नव्हे हं! मी काही माझी मुलगी नाही दिली त्याला! एक मुलगी मिळवून दिली एवढंच!'' गोपालय्या म्हणाले.

नारायण हसत सांगू लागला, ''या मामांनी एक मुलगी शोधून तिच्याशी माझं लग्न लावून दिलं. आपल्याच घरी लग्न लावून दिलं. संसार मागं लागला! त्यातच मुलं झाली! आता कसला पळून जातोय मी? हातात नाही दमडी आणि बायको-मुलांना घेऊन कुठं जाऊ इथून?''

देरण्णा नारायणची थट्टा करत म्हणाला, ''हा नारायणप्पा म्हणजे खड्ड्यात पडलेला हत्ती आहे बघा! एकदा खड्ड्यात पडला की उठताच येत नाही! आता लग्नापेक्षा मोठा खड्डा तरी कुठला?''

आम्ही दोघं हसलो. नारायणही हसला आणि म्हणाला, ''लग्न म्हणजे मोठा खड्डा असेल; पण मी मात्र हत्ती नाही बरं! त्याचा मोठेपणा, त्याची ताकद माझ्यात कुठली? मामांनी हे सगळं मांडून दिलंय म्हणून मी इथं सुखानं राहतो! जगात कुठंही गेलो तरी इतकं सुलभ जीवन मला तरी मिळणार नाही! या हत्तीचा एवढा त्रास नसता तर काय विचारता! मीच इथला राजा!''

''खरंय हो!'' देरण्णा उपरोधानं म्हणाला, ''हत्तीचा त्रास नको, पोफळीची नासाडी करणाऱ्या या माकडांचा त्रास नको! उभ्या पिकाला चुटकीसरशी भुईसपाट करणारे रानरेडे नकोत! जे पिकेल ते सगळंच्या सगळं अल्लाद हाती यावं! मग काय? कुणीही राजाच! अगदी मैसूरचा राजा!''

''त्या हत्तींचा आणि रानरेड्यांचा तरी काय दोष?'' मी मध्येच म्हटलं, ''कुणाचाही त्रास नको म्हणून ते या सुब्रह्मण्यच्या काटुमूलेला येऊन राहिले! या दुर्दम्य रानात सुखानं राहावं म्हटलं तरी इथंही हे हव्यक ब्राह्मण आलेच! इथं येऊन शेती करताहेत हे गोपाल भट्ट आणि हे देरण्णा गौड जमीन कसताहेत! त्या प्राण्यांना काय याचं स्वप्न पडावं? आणि समजा, हे सगळे प्राणी इथून निघून त्या कुमारपर्वतावर गेले तरी तुमच्यापैकी कुणीतरी तिथं शिकारीला जाणार! भरपूर पाणी आणि चांगली जमीन पाहून थोडी जमीन सारखी केली की, दहा खंडी सुपारी येईल असा विचार

करत तिथंच मुक्काम टाकणार नाहीत कशावरून?''

सगळेजण हसले. गोपालय्याही हसले.

देरण्णा म्हणाला, ''या पाहुण्यांना ज्योतिष समजतंय वाटतं?''

''का बरं?'' मी चकित होऊन विचारलं.

''अहो, गोपालय्यांनी हा मळा असाच केलाय. हे मैदान, हा मळा – त्यांचंच कर्तृत्व हे! त्यांच्या वडिलांच्या काळापर्यंत, फक्त घराजवळची बाग त्यांच्या मालकीची होती. एकदा काय झालं, त्यांच्या घरातलं एक जनावर हरवलं. ते शोधण्यासाठी भारी बंदूक खांद्यावर टाकून हे आपले निघाले –

''अलीकडची हलकी बंदूक नव्हे ती! त्या काळातली जड बंदूक! अजूनही आहे माळ्यावर. घरी गेल्यावर दाखवेन तुम्हाला. एका माणसाला पेलवणार नाही ती बंदूक! त्यात दारू भरायची ती मात्र ठासून! त्या वेळी असल्या काडतुसाच्या बंदुका नव्हत्या –''

''तुम्हीच सांगा ना ती हकिकत!'' देरण्णा म्हणाला, ''हे होते म्हणून मी इथं टिकलो. नाहीतर कधीच गेलो असतो पळून!''

''अरे, तिथं आमच्या घराजवळ राहायची कसली भीती? हां! या काटुमूलेत राहायला नारायणला भीती वाटणं साहजिक आहे. हा समोरचा डोंगर आहे ना –'' ते मला सांगू लागले – ''तोच या परिसरातला सगळ्यात उंच पर्वत. इथून कुमारपर्वत, मर्कंज, संपाज येथे जायचे. हत्तींनी केलेले रस्ते आहेत.

''त्या दिवशीची हकिकत सांगतो तुम्हाला! दुसऱ्यांदा हा देरण्णा माझ्याबरोबर होता. खांद्यावर बंदूक होती. कमरेला कोयता होता; पण आदल्या दिवशी गेलो तेव्हा मात्र एकटाच होतो मी! 'काळीऽऽ' 'काळीऽऽ' अशा गाईला हाका मारत निघालो होतो. फार चांगली होती ती गाय! घरात पंधरा दिवसांचं तिचं वासरू होतं! गाय सापडेना, तसं मला वाटू लागलं, बहुतेक वाघाच्या तोंडी सापडली ही!

''मी या डोंगराच्या माथ्यावर पोहोचलो होतो. तिथून कुमारपर्वत अगदी शेजारीच असावा असं वाटत होतं. थंडगार वारा वाहत होता. छोट्या छोट्या ओहोळांचं नादसंगीत ऐकू येत होतं. वाहत्या पाण्याचा तो आवाज कानाला मंजूळ वाटत होता. आधी धबधब्याच्या आवाजानं मी थोडा दचकलोच! म्हटलं, हे कुठले रानटी प्राणी! पण आवाजात खंड पडला नाही तेव्हा समजलं, हा तर पाण्याचाच आवाज! इतकं पाणी कुठंय ते पाहण्याची उत्सुकता लागली. डोंगराच्या पश्चिमेकडे एक वाट गेल्यासारखी वाटली. झाडंझुडपं बाजूला करत मी उतरू लागलो. रानात भटकण्याची खूप इच्छा होती; पण तिथं पाऊल ठेवलं तर सगळीकडे ओलावा! जळवांचा त्रास! खाली उतरण्यात निदान तासभर तरी गेला असावा! भरपूर पाणी आणि ओलसर जमीन! घरालगतच्या बागेतील मातीशी तिथल्या मातीचं साम्य पाहून तर वेडच

लागलं मला!

"दगड, खड्डे ओलांडत मी खाली उतरलो. थोडं अंतर गेल्यावर एक विस्तीर्ण मैदान दिसलं. आश्चर्य म्हणजे तिथे मध्येच मोठमोठ्या पोफळी दिसल्या. या झाडांचे मालक बजरंगबलीचे वंशज हे तर स्पष्टच होतं. त्या झाडांना लगडलेल्या पोफळी मोजून पाहिल्या तर चकितच झालो मी! या जागी नंदनवन निर्माण करता येईल असं वाटलं मला!

"धबधब्याचं पाणी कुठून येतं आणि कुठं जातं हे मला ठाऊक नव्हतं. आलेल्या रस्त्यानं घरी जावं की या पाण्याच्या प्रवाहाचा मागोवा घेत तो प्रवाह कुठं जातो ते पाहावं, याचा मला निर्णय घेता येईना!

"उसळतं रक्त आणि घरी विचारणारं कुणी मोठं माणूस नाही; त्यामुळे पाण्याच्या प्रवाहाच्या दिशेनंच मी निघालो –"

"आजही तुम्ही तेच केलं असतंत!" देरण्णा म्हणाला.

"खरंय! अहो, त्यांच्यापेक्षा वीस-पंचवीस वर्षांनी लहान असूनही ते धैर्य माझ्या अंगी नाही!" नारायण म्हणाला.

"तो काळ आणि आजचा काळ यात जमीन-अस्मानाचा फरक आहे!" गोपालय्या म्हणाले, "त्या वेळी एखादा रानरेडा समोरून आला तर त्याची दोन्ही शिंगं धरून त्याला थोपवेन अशी धमक होती! आणि शरीराचीही त्याला साथ होती! ते जाऊ द्या, पुढची हकिकत ऐका – धबधब्याच्या जवळून दगडांचा आधार घेत, धडपडत, शेकडो जळवांपासून स्वत:ला वाचवत अर्धा तास उतरलं तरी फक्त चार हातच उतरल्यासारखं वाटत होतं! रानातल्या वाटाच अशा! अगदी जवळ दिसतं सगळं! चालायला लागलं की रस्ता संपतच नाही.

"थोड्या वेळानं रान मागं पडलं. पाण्याचा प्रवाह मला गवताच्या राबात घेऊन आला होता. पाऊल ठेवेन तिथं चिखल! कडेकडेनं चालत होतो, तरी सर्वांग चिखलानं माखलं माझं!

"घरी परतलो तेव्हा तिन्हीसांज झाली होती. सकाळी अंघोळ करून बाहेर पडलो होतो. दिवस कसा गेला हे माझ्या लक्षातच आलं नव्हतं. घरी पोहोचताच अंघोळ करून स्वयंपाकघरात धावलो. काय खाऊ आणि काय नको असं झालं होतं मला!

" 'शंकरी, भात गारढोण असला तरी चालेल; पण लवकर वाढ मला!' मी म्हटलं.

"इतका वेळ माझी वाट पाहून तिनं माझ्या वाट्याचं अन्न जनावरांना घातलं होतं. माझी अवस्था पाहून तिनं घाईघाईनं दहीपोहे कालवून आणले.

"माझा सुपारीएवढा सुकलेला चेहरा आणि खरचटलेलं अंग पाहून तिनं

विचारलं, 'काय हे? कुठं जाऊन आलात? कसला उपद्व्याप करून आलात?'

" 'रानावनात भटकून दमून गेलोय मी!' मी म्हटलं.

" 'काळी मिळाली? म्हणजे – ती वाघाच्या तोंडी पडली ते खरं?' तिनं आशंकेनं विचारलं.

"नेमक्या त्याच क्षणी आदल्या दिवसापासून बेपत्ता असलेली आमची काळी अंगणात येऊन हंबरली!

"तो आवाज ऐकून शंकरी कौतुकानं म्हणाली, 'हं! अखेर आणलीच तुम्ही! ही दळभद्री गाय गवताच्या अति आशेपायी कधी ना कधी वाघाच्या तोंडी पडणार!'

" 'आज मी वाघाच्या तोंडी पडलो नाही हेच आश्चर्य समज!' मी म्हटलं. खरं तर काळी कशी आली यापेक्षा मला माझं साहस सांगण्याची उत्सुकता अधिक होती! भरपूर तिखटमीठ लावून मी सगळी हकिकत तिला सांगितली.

"सगळी हकिकत ऐकून अभिमानानं माझं कौतुक करण्याऐवजी ती म्हणाली, 'असे एकटे जाऊन कुठंतरी वाघाच्या तोंडी पडू नका! अजूनही पोरकटपणा संपला नाही तुमचा!'

"तोही एक प्रकारचा सन्मानच वाटला मला!

"दुसऱ्या दिवशी सकाळी मी काही न बोलताच घराबाहेर पडलो, तो सरळ या देरण्णाच्या घरी! कुठेतरी शिकारीला जायचं असेल या विचारानं तोही यायला तयार झाला. तेवढाच एखादा पक्षी किंवा लहानसा प्राणी मिळाला तरी त्याचा फायदाच! त्याला माझ्या मनातलं कसं समजणार?

"आदल्या दिवशीच्या डोंगरातल्या रस्त्याऐवजी धबधब्याच्या प्रवाहाच्या विरुद्ध दिशेनं आम्ही निघालो. जळवांच्या त्रासाला देरण्णा कंटाळून गेला. धबधब्याचा चढ चढून दोघंही थकलो आणि एका दगडावर बसलो, मी देरण्णाला म्हटलं, 'देरण्णा पानं आणलीस?'

" 'हं!' तो म्हणाला.

"त्यानं पानाची चंची सोडली आणि वैतागानं म्हणाला, 'पण एक घोटाळा झाला. पानं आहेत; पण सुपारी नाही!'

" 'बरं, असू दे! सुपारी मिळेल इथं.' मी म्हटलं.

"दोघंही आणखी पुढे गेलो. थोड्या वेळातच आम्ही सपाट भागावर येऊन पोहोचलो. तिथली पोफळीची झाडं दाखवत मी त्याला म्हटलं, 'चढ पाहू झाडावर!'

"देरण्णाही त्या ठिकाणी ती झाडं पाहून चकित झाला आणि उद्गारला, 'देवाचाच खेळ हा!'

" 'हो! बजरंगबलीचा खेळ हा!' मी हसत म्हणालो.

"तो झाडावर चढला आणि त्यानं चार-सहा पोफळं खाली टाकली. ती पोफळं

हातात घेताना मला बागेतल्या पोफळांची आठवण झाली.

"मग आम्ही दोघांनी पान-सुपारी खाल्ली. 'देरण्णा, आता तूच सांग पुढे. पान-सुपारी म्हणताच पान खायची इच्छा झालीय मला!' " असं म्हणत गोपालय्यांनी विड्यांचं तबक समोर ओढलं.

देरण्णा पुढची हकिकत सांगू लागला, "अहो, या दादांनी मला मुकाट बसूच दिलं नाही. ती जागा सगळीकडे फिरून दाखवली. सगळीकडे भरपूर पाणी! अशी जमीन गावालगत असती तर? माझ्या मनात हा विचार येतो न येतो तोच हे म्हणाले, 'माझ्या जीवात जीव असेपर्यंत या ठिकाणी मी मळा करणार! आणि आपण आलो त्या रस्त्याच्या दोन्ही बाजूंना खंदक खणून इथं शेतीही करणार!' "

"मग? ठरल्याप्रमाणे तुम्ही केलंत?" मी उत्सुकतेनं गोपालय्यांना विचारलं.

"म्हणजे? तुम्हाला काय वाटलं? ही हकिकत कुठल्या मळ्याची आहे असं वाटलं तुम्हाला? याच मळ्याची हकिकत ही! डोंगरावरून दिसलेल्या त्या मळ्याची कथा ही! त्या दिवशी आम्ही पाहिला तो परिसर आणि आजचा परिसर यात जमीन-अस्मानाचं अंतर आहे. अहो, देवाशप्पथ सांगतो तुम्हाला, हे गोपालय्याच असलं धाडस करू धजले! त्यांच्या घरच्यांचा तर त्यांना पहिल्यापासून विरोध होता. त्या म्हणायच्या, कोण राहणार इथं? डोंगर खोदून, रान तोडून शेतं तयार करेपर्यंत किती पैसा खर्च होईल? शंकरम्मांचा विरोध जितका तीव्र तितका यांचा उत्साह अधिक!"

"एवढं सगळं करायला किती नोकर लागले? किती वर्षं हे काम चाललं होतं?"

देरण्णा म्हणाला, "तो त्रास तर काही विचारूच नका! आधीच या आमच्या गावात नोकरांचा त्रास! या कामासाठी ते स्वतः दरवर्षी वीट्ल सीमेवर जाऊन महारांना घेऊन येत. त्यांना तांदूळ, कपडे वगैरे देत! कित्येक वेळा पैसेही बुडायचे. तरीही हट्टानं प्रत्येक वर्षी एकेक एकर जमीन लागवडीखाली आणतच होते. आता नाही म्हटलं तरी पाचेक एकर पोफळीची बाग आहे. तेवढंच शेत आहे. हे काम सुरू असताना हे नवरा-बायको दोघंच इथं राहिले होते तेव्हा तर इथं एकाही माणसाचा चेहरा दिसत नसे! आता अधूनमधून एखादा चेहरा तरी दिसतो. त्या वेळी इथं फक्त हे एकच घर होतं. हत्तींचा त्रास काय विचारता! त्यासाठी सभोवताली खंदक खणला. भोवताली भिंत बांधली, भुईकोट किल्ल्यासारखी! अहो, यांची मुलंही इथंच जन्मली! मुलांना थंडी-तापाचा फारच त्रास होऊ लागला म्हणून ते आपल्या मूळ घरी गेले. त्यानंतर या नारायणप्पांना इथं आणून ठेवलं. या गोपालय्यांनी जे साहस दाखवलं ते कुठल्याही मानवाला अशक्य आहे बघा!"

गोपालय्या तृप्तपणे आपल्या जीवनसागरातील सार्थ साहस आठवत बसले होते. त्यांच्या डोळ्यांत खोडकर भाव तरळत होते. भर तारुण्यात याच डोळ्यांचं

सौंदर्य कसं असेल?

पण डोळ्यांच्या पापण्यांच्या कडा जीवनातील विजय सांगत असल्या तरी डोळ्यांतील बाहुल्या न गवसणारं काहीतरी स्मरत असल्यासारख्या वाटत होत्या.

संध्याकाळ होण्यास अजून दोन घटका होत्या. आम्ही गप्पांत रंगून गेलो होतो. कुमारपर्वत आणि शेषपर्वत सोडले तर समोरच्या सगळ्या पर्वतांच्या रांगा एकमेकांच्या सावल्यांमुळे काळवंडल्या होत्या. हवेतील गारठा वाढला होता; त्यामुळे उंचावरचे ढग जमिनीकडे खेचले जात होते. संध्याकाळ जवळ आली तसे गोपालय्या म्हणाले, ''नारायण, यांना मळा दाखव बरं!''

मला वाटलं होतं, गोपालय्या स्वत: माझ्याबरोबर मळा दाखवायला येतील. नव्हे, तशी माझी खात्रीच होती; पण तारुण्याच्या आठवणीनं उचंबळलेलं त्यांचं मन कुठल्यातरी आठवणीनं जमिनीवर आदळलं होतं.

कुठल्या आठवणीनं हे सांगण्याची गरज आहे?

चार

मी नारायणबरोबर काटुमूलेचा सगळा परिसर हिंडून पाहिला.

डोंगर खणून पाण्याच्या प्रवाहाबरोबर खाली आणलेली माती, ती माती सारखी करून त्यावर वाढवलेल्या केळी-पोफळी, थंडी-तापामुळे हैराण होऊन पळून जाणारे नोकर या सगळ्यांविषयी नारायणने मला पुन्हा एकदा सविस्तरपणे ऐकवलं. आम्ही मळ्याच्या दुसऱ्या टोकाला जाऊन पोहोचलो तेव्हा माझं मन प्रफुल्लित झालं.

तिथं गोपालय्यांच्या मनाइतकाच एक विशाल तलाव होता. त्याच्याकडे बोट दाखवून नारायण म्हणाला, ''आमच्या मामांची दूरदृष्टी ही अशी आहे पाहा! खरं तर या डोंगरातले झरे कधीच आटत नाहीत; पण समजा, एखाद्या उन्हाळ्यात त्यांचं पाणी आटलं तरीही मळ्याला पाणी अपुरं पडू नये म्हणून असे दगडांचे दोन तलाव त्यांनी बांधले आहेत. नाही म्हटलं तरी एक-दोन पुरुष खोल पाणी आहे इथं!''

''तुम्ही नेहमी इथंच अंघोळीला येता?'' मी विचारलं.

''इथं? आणि अंघोळ? असल्या थंडीत इथं अंघोळ केली तर अंग काकडून जाईल! उन्हाचं नाव नाही इथं! या तलावाचं सांगत होतो – इथं आल्यावर बरीच वर्षं मला वाटायचं, इथं या धबधब्यातून आणि झऱ्यांमधून इतकं पाणी वाहत असताना हे तलाव कशाला हवेत? पण आमचे मामा माझ्यापेक्षा शंभर वर्षं पुढे! एक वर्षी उन्हाळ्याचा ताप खूपच वाढला. वर्षप्रतिपदेनंतर केव्हाही आमच्या इथं पाऊस येतो; पण त्या वर्षी मात्र ज्येष्ठाची अखेर झाली तरी पावसाचा पत्ता नाही! डोंगर तर उन्हानं करपून गेले होते! गवताच्या गंज्याच झाल्या होत्या त्या! असा दुष्काळ त्याआधी कधीच पडला नव्हता आणि नंतरही पडणार नाही! रानातले हत्ती आणि इतर जनावरं तहानेनं व्याकूळ झाली होती. तेव्हा रात्रीच्या वेळी पाणी शोधत हिंडणारे रानरेड्यांचे कळप मी माझ्या डोळ्यांनी पाहिले आहेत! या तलावांतील पाण्यामुळे आमच्या मळ्याची मात्र थोडीही नुकसानी झाली नाही तेव्हा! पण एक

खरं; यासाठी पैसा पाण्यासारखा ओतला असला पाहिजे!''

"पण जंगलाच्या या कोपऱ्यात एवढा पैसा ओतला तरी, हातात काय मिळणार? हे आंधळं साहस नव्हे का?''

"असं तुम्हाला वाटतं! सुरुवातीला मलाही असंच वाटलं होतं; पण मामा मात्र फक्त हसतात. ते मला म्हणाले होते, 'वेड्या, पैसा कुणी आपल्याबरोबर घेऊन जातो का? खर्च झाला म्हणून काय झालं? या मळ्यासाठी त्याचा उपयोग नाही का झाला? माझ्या माघारी या मळ्याचा कुणालातरी उपयोग होईलच ना! बरं, तेही जाऊ दे, इथं असेपर्यंत हा हिरवागार मळा पाहून मन आनंदलं, हे खोटं आहे का? आणि पैसा तरी कुठे गेला म्हणायचा? चार-पाच वर्षांत शंभरेक माणसांच्या तोंडी अन्नाचा घास पडला हे तरी खरं ना!''

गोपालय्यांचे हे जीवनाविषयीचे विचार सांगताना नारायणचा चेहरा भक्तिभावानं ओथंबला होता! एखाद्या महान गुरूच्या गहन तत्त्वज्ञानाचा – त्यातील मथितार्थ संपूर्ण समजून न घेता भक्तिभावानं पुनरुच्चार करावा, तसा तो बोलत होता!

हे ऐकत असताना माझ्या मनात गोपालय्या नावाची एक वेगळीच व्यक्ती आकार घेत होती. तिचा आकार अधिक भव्य भासत होता. फक्त पैशांसाठी न जगता, त्याहून अधिक काहीतरी मिळवण्याची त्यांची आकांक्षा त्यांच्या जीवनाचं सार सांगत होती!

"संध्याकाळ होईल, तिथं वर जाऊन येऊ या. यंदा ऊस लावलाय आम्ही!'' नारायण म्हणाला. मी त्याच्याबरोबर निघालो. खंदक ओलांडून, हिरव्यागार गवतातून आम्ही जात होतो. गवतावरून वाहणारं कोवळं वारं त्यावर तरंग उठवत होतं. त्यावर विखुरलेली सोनेरी किरणं मनाला वेड लावत होती. दुतर्फा उंच उंच डोंगर होते. आम्ही बांधावरून पुढे निघालो. समोर उसाचा मळा डोलत होता. त्या उंच आणि भरदार उसाकडे पाहताच त्या जमिनीच्या कसदारपणाची कल्पना येत होती!

नारायण सांगत होता, "मला तर नांगरणी-पेरणीविषयी काहीच समजत नव्हतं. अजूनही समजत नाही. काय पेरायचं, कशी देखभाल करायची – सगळं तेच सांगतात. त्यांच्या दृष्टीनं मी अजून लहानच! वडिलांच्या जागी आहेत ते मला!...''

"ते तुमचे कोण लागतात?'' मी विचारलं.

खरं तर आदल्या रात्री त्याविषयी गोपालय्यांनी काहीतरी सांगितलं होतं; पण मी ते विसरून गेलो होतो.

आता माझ्या प्रश्नावर नारायण म्हणाला, "ते माझे देव!''

मी चकित झालो! नारायणचा लहानसा चेहरा या विनम्रतेमुळे आणखी नम्र झाला होता. तो पुढे म्हणाला, "तसं पाहिलं तर ते माझे कुणीच लागत नाहीत! कसलंही नातं नाही, कसलाही संबंध नाही! माझ्यासारख्या आई-बापाविना पोरक्या

मुलाला त्यांनी जवळ केलं. मी खूप लहान होतो तेव्हा प्रवाहातून वाहत येऊन कुठंतरी काठाला लागणाऱ्या ओंडक्यासारखा त्यांच्याकडे आलो. त्यांच्यामुळे आज मी उभा आहे! त्यांनी जमीन दिली, राहायला घर दिलं, लग्न करून दिलं! देवाच्या दयेनं दोन मुलं आहेत. आणखी दोन होती, तापानं वारली; पण ही दोन तर आहेत ना! त्याबाबतीत मात्र मी मामांच्यापेक्षा नशीबवान! त्यांच्या दोन मुलांपैकी थोरली पहिल्या बाळंतपणात गेली – आणि धाकटा अविचारानं घरापासून दुरावला –''

''सांगत होते गोपालय्या,'' मी अनुकंपेनं म्हटलं. ''त्यांना खूप वाईट वाटत असेल नाही का?''

''वाटत असेल! मामांना फारशी व्यथा जाणवत नसावी; पण मामी मात्र फारच कष्टी आहेत त्यामुळे. कितीतरी वेळा मामा इथं येऊन मुलांना घरी घेऊन जातात. आजीचं नाव काढलं की, ही मुलंही हुरळून जातात. अलीकडे मामींना इतक्या लांब येता येत नाही. तरी आठवड्यातून दोन-तीनदा नोकरांना पाठवून मुलांना तिथे घेऊन जातात. नाहीतर मामाच येऊन घेऊन जातात.''

''तुम्हाला इथं येऊन बरीच वर्षं झाली असतील नाही का?'' मी मुद्दामच नारायणला विचारलं.

''पंधरा वर्षं तर होऊन गेली आता! मी इथं आलो तेव्हा इथल्या जमिनीची कामं संपली होती आणि पिकं येऊ लागली होती.''

''ही जमीन तुम्हाला कसायला दिलीय वाट्यानं?''

''वाट्यानं? म्हणजे वर्षाकाठी मला किती धान्य आणि पैसा त्यांना द्यावा लागेल? मामांनी मला सांगितलं, जितकं पिकेल त्याच्या निम्मं द्यायचं! पण इतक्या वर्षांत त्यांनी एकदाही 'इतकंच उत्पन्न कसं?' म्हणून विचारलं नाही आणि मीही त्यांच्यापासून एक सुपारीही लपवली नाही!''

''पण तरीही दोघांत काहीतरी कागदपत्र हवंच ना?''

''ती माणसं कागदपत्रं करणारी असती तर अर्धं उत्पन्न मला दिलं असतं? आज माझ्याकडे दोन हजार रुपये रोख आहेत! त्यांनी सुचवलं, त्यांना कर्जाऊ दिलेत मी! रानरेड्यांचा त्रास नसता, तर यापेक्षा दुप्पट शिल्लक पडली असती!''

नारायणच्या मनात गोपालय्यांविषयी भरपूर आदर दिसत होता!

घरी परतायला उशीर होऊ नये म्हणून गप्पा मारता मारता आम्ही नारायणच्या घराकडे वळलो.

आम्हाला पाहताच गोपालय्या उभं राहून म्हणाले, ''पाहिलंत?''

''हो पाहिलं! फार छान वाटलं! पाहायला गेलो नसतो तर एक चांगली संधी गमावली असती!'' मी म्हटलं.

माझ्या बोलण्याकडे त्यांचं लक्ष होतं की नाही कोण जाणे! मला काही

म्हणण्याऐवजी त्यांनी नारायणला हाक मारली आणि विचारलं, "आता पुन्हा हत्ती येतील असं वाटतं का? तुला भीती वाटत असेल तर देरण्णाला राहू दे इथं. आता या बंदोबस्तामुळे इथं एवढ्यात येणार नाहीत असं वाटतं. खंदकापाशी व्यवस्थित कुंपण करा. नाहीतर एक टाळता दहा कामं समोर उभी राहतील!"

"बरं!" नारायण म्हणाला.

नंतर ते अतिशय मायेनं, ओथंबलेल्या आवाजात नारायणच्या पत्नीला म्हणाले, "मी जाऊन येतो हं, लक्ष्मी."

ते ऐकून कुणालाही वाटलं असतं, आपल्या मुलीच्या मृत्युनंतर त्यांनी या लक्ष्मीलाच मानसकन्या मानली असावी!

नारायणची पत्नीही हातातलं काम ठेवून बाहेर आली. दरवाज्यापाशी थांबून म्हणाली, "निघता? हे पाहुणे कोण ते नाही सांगितलंत? राहणार असतील तर उद्या त्यांना जेवायला घेऊन या ना!"

हे आमंत्रण मला आगंतुकाला होतं हे तर स्पष्टच होतं!

गोपालय्यांनी माझ्याकडे पाहिलं. असं आमंत्रण कसं स्वीकारायचं असा विचार करून मी गोपालय्यांना म्हटलं, "आता उद्या तरी मी जातो ना माझ्या गावी!"

"हे काय? आमच्या इथे तर तुमचं नीट बसणं-बोलणंही झालं नाही. एवढ्यात निघायची घाई?" नारायणने विचारलं.

माझ्या संदिग्धतेमुळे गोपालय्या नारायणला म्हणाले, "पाहू या, उद्याचा दिवस राहिले तर निश्चितच घेऊन येईन; पण त्यांची किती कामं अडली आहेत कोण जाणे! आपल्याला कंटाळा येतो म्हणून आपण त्यांना राहायचा आग्रह करायचा! पण आपला आग्रह त्यांच्या जिवावर येऊ नये!"

माझी कामं मलाच ठाऊक! गोपालय्यांनीही त्यांची फारशी चौकशी केली नाही. मीही त्याविषयी मुग्धता पाळली. दुसऱ्या दिवशी मी गावी परतलो नसतो तर जग बुडण्याची मुळीच शक्यता नव्हती! शिवाय घरी विचारणारंही कुणी नव्हतं. खरं सांगायचं तर आता मलाही इथं राहावंसं वाटत होतं. इथलं अरण्य पाहून माझं मन विस्मित झालं होतं! आणि मी तरी कुठे पुन्हा या गावी येणार होतो?

एकूण काय, नारायणच्या आमंत्रणाचा मी स्वीकार केला नाही, तसाच त्याचा अव्हेरही केला नाही!

"अंधार पडायला लागला. चला, आता निघू या." गोपालय्या म्हणाले. निघण्याआधी त्यांनी विचारलं, "सावित्री येतेय?"

त्यांच्या तोंडून 'सावित्री' हा शब्द बाहेर पडताक्षणीच पाच वर्षांची एक चिमुरडी आणि तिचा छोटासा दादा मळकट कपड्यांत धावत बाहेर आले.

"आज्जा, आम्हाला सोडूनच निघाला होतात नाही का?" सावित्रीनं रुसक्या

आवाजात तक्रार केली.

"यायचं होतं तर कपडे का बदलले नाहीस?" त्यांनी विचारलं.

लक्ष्मी हसत म्हणाली, "नवी माणसं दिसली की टकामका बघत बसतात दोघं! आपणहून मागं लागण्याचं धैर्यही नाही दाखवलं आज!"

दोन्ही मुलं घरात धावली आणि धुडगूस घालत थोड्याच वेळात बाहेर आली. सावित्रीनं कमरेला एक चिरडी गुंडाळलेली होती आणि तिच्या दादानं – सुब्बरायनं – अंगात एक सदरा चढवला होता.

सावित्री लाडालाडानं म्हणाली, "चालत जायचं असेल तर मी नाही येणार हं!"

"का गं?" तिच्या आजोबांनी विचारलं.

"मला किनई परवा – म्हणजे चार दिवसांपूर्वी काटा लागलाय पायाला!" ती उत्तरली.

"गेल्या सुब्रह्मण्यच्या जत्रेच्या वेळी नाही का?" गोपालय्यांनी हसत विचारलं.

नारायण आपल्या मुलांच्या गोंधळामुळे शरमून गेला होता. माझी क्षमा मागावी अशा स्वरात तो म्हणाला, "मामांना बघितलं की असंच करतात ही दोघं! नुसता धुडगूस घालतात!"

गोपालय्या हसले, "त्यांनी या वयात धुडगूस नाही घालायचा तर काय तुझ्याएवढं झाल्यावर?"

त्यांनी सावित्रीला उचलून खांद्यावर घेतलं. तिचा दादाही निघाला. आम्ही घराकडे निघालो.

थोडं अंतर आमच्याबरोबर येऊन, हात जोडून आमचा निरोप घेत नारायणनं विचारलं, "मग उद्या येताय ना?"

"न यायला काय झालं? ते काय पळून चाललेत?" देरण्णा म्हणाला. इतरांच्या घरच्या पाहुणचारांच्या बाबतीत तो बराच उदार असल्याचं माझ्या लक्षात आलंच!

परतत असताना आम्ही पुन्हा डोंगर चढायच्या भानगडीत पडलो नाही. त्याऐवजी मोकळं मैदान, लहानसं रान, पुन्हा मैदान, थंडीनं काकडायला लावणारी नदी आणि तिथून गोपालय्यांची बाग असं करत करत घरी आलो. जाताना काटुमूले किती दूर वाटलं होतं! येताना त्याच्या निम्म्यानंही अंतर वाटलं नाही. जेमतेम दोन मैलांएवढं अंतर असेल फक्त!

मी म्हटलं, "हा रस्ता किती सोपा आहे नाही का?"

"रस्ता सोपा आहे, शिवाय अंतरही कमी होतं; पण आपण जाताना गेलो त्या रस्त्यानं लागणारा वारा, तिथला निसर्ग, त्याच्या सान्निध्यात अनुभवाला येणारी मनाची उभारी या रस्त्यात मुळीच जाणवत नाही! मला तर तोच आवडतो. बरोबर

मुलं असली तरच या रस्त्यानं येतो मी.''

आमचा आवाज ऐकताच शंकरम्मा अंगणात आल्या. त्यांना पाहताच 'आम्ही आलो!' असं ओरडत सावित्री आणि सुब्बराय त्यांच्याकडे धावले. आम्हीही ओसरीत विसावलो.

अंधार वाढत चालला तेव्हा शंकरम्मांनी एक काशाचा दिवा लावून ओसरीत आणून ठेवला. गोपालय्या देरण्णाला म्हणाले, ''रात्री ये हवं तर इथंच!''

''येतो!'' म्हणत देरण्णा निघाला.

तो जाताच गोपालय्या म्हणाले, ''मी गरम पाण्याची काय व्यवस्था आहे ते पाहून येतो. या दिवसांत या वेळी भरपूर तेल लावून अंघोळ केली की बरं वाटतं! त्यात तुम्हीही चालून चालून थकला असाल. तेल लावून अंघोळ केली की अंग दुखायचं थांबेल.''

इथली ओलसर जमीन, डोंगरातलं थंडगार वारं यामुळे अधूनमधून माझं अंग शहारत होतं; त्यामुळे गरम पाण्याच्या अंघोळीला मी संमती दिली.

''चुलाण पेटवलंस?''

''इतका वेळपर्यंत चुलाण पेटल्याशिवाय कसं राहील?'' त्या उत्तरल्या.

''चला, न्हाणीघरात जाऊ या!'' असं म्हणत हातात तेलाची तांबली घेऊन गोपालय्या न्हाणीघराकडे निघाले. जाता जाता त्यांनी शंकरम्मांना सांगितलं, ''स्वयंपाक झाला असेल तर मुलांना वाढ शंकरी!''

''आज्जा, आम्ही नाही लवकर जेवणार. आजी आम्हाला गोष्ट सांगणाराय! आज्जा, तुम्हीही गोष्ट सांगायला पाहिजे!'' सावित्री लगेच म्हणाली.

''रोज कुठली गोष्ट सांगू तुम्हाला? येतात त्या सगळ्या गोष्टी तर सांगून झाल्यात कितीतरी वेळा! त्यांना तरी अशा कितीशा गोष्टी ठाऊक असतील? ते काय ब्रह्मदेव आहेत गोष्टींची सृष्टी करायला?''

सावित्रीनं विचारलंच – ''म्हणजे फक्त ब्रह्मदेवालाच खूप खूप गोष्टी येतात?''

''फारच सोकावलात तुम्ही मुलांनो!'' म्हणत गोपालय्या हसत न्हाणीघराकडे गेले. ती मुलंही मागे लागली, ''आम्ही येणार, आम्ही येणार!''

तोच शंकरम्मा पुढे झाल्या आणि त्यांनी मुलांना दटावलं, ''पाहुण्यांसमोर असं वागायचं असतं?''

आजीच्या या प्रश्नाने मात्र मुलं वरमली आणि घरात पळून गेली. तरीही न्हाणीघरात बराच वेळपर्यंत मुलांचे आवाज ऐकू येत होते.

आमच्या अभ्यंगस्नानाचा कार्यक्रम मोठ्या थाटात पार पडला! त्यापुढे सासुरवाडीचा दिवाळीसणही फिकाच म्हणायला हवा!

गोपालय्यांनी स्वतःला अंगभर तिळाचं तेल चोपडलं आणि माझ्या हाती

भृंगामलक तेल दिलं. देतानाच त्या तेलाच्या औषधी गुणांचं त्यांनी तोंडभर वर्णन केलं आणि गेल्या वर्षी सुब्रह्मण्यच्या जत्रेच्या वेळी आलेल्या कण्ण वैद्यांनी ते तयार केल्याचंही सांगितलं.

मी म्हटलं, ''माझी अंघोळ आपली अशीतशीच! अंगाला तेल लावून अंघोळ करायची मला सवय नाही!''

''ते नाही चालायचं! तुम्ही बसा पाहू मुकाट्यानं! मी लावतो अंगाला आणि डोक्याला तेल!'' असं म्हणत क्षणही न दवडता, ते तळहातावर तेल घेऊन पुढे सरसावले.

एवढ्या मोठ्या माणसाकडून अशी सेवा करून घ्यायची मला लाज वाटली. मी संकोचून म्हणालो, ''नको, नको! मीच घेतो तेल लावून!'' आणि थोडंसं तेल तळव्यावर घेऊन डोकं आणि अंगा-खांद्यावर घाईघाईने पुसून मोकळा झालो!

ते पाहून गोपालय्या हसले.

''कुणी शिकवलं तुम्हाला असं तेल लावायला?'' असं म्हणत त्यांनी मला जबरदस्तीनं तिथल्या पाटावर बसवलं. डोक्यावर अर्धी तांबली रिकामी केली आणि फट्फट् चापट्या मारायला सुरुवात केली. पाठीला तेल चोपडलं आणि पाठीची वाकून कमान होईतो पाठ रगडली. आता त्यांच्या हातून संपूर्ण न्हाणं झाल्याशिवाय सुटका नाही हे माझ्या लक्षात आलं. त्या साठीच्या गृहस्थाचा तो उत्साह पाहून मीही त्यांना तेल लावण्यास मदत करू लागलो.

लहानपणी किंवा दिवाळीतही इतकं कौतुकाचं न्हाणं मी अनुभवलं नव्हतं; अगदी आईच्या हातूनसुद्धा!

''थोडा वेळ असेच बसू या. तेल मुरायला हवं ना!'' असं म्हणत ते चुलाणात लाकडं सारू लागले.

स्वयंपाकघरातून सावित्रीचा आवाज ऐकू आला, ''आज्जा, आज तुम्हाला दोसे नाहीत. सगळे दोसे आम्हीच खाणार!''

''का! पाहुण्यांचा विसर पडला वाटतं? किती दंगा हा!'' शंकरम्माच्या दरडावण्याचा आवाजही ऐकू आला.

''पण दोसे कुणासाठी केलेत? त्यांच्यासाठी की आमच्यासाठी?'' मुलांनी विचारलं.

''तुम्ही तुम्हाला हवे तितके खा! उरले तर त्यांना देऊ! मग तर झालं?'' शंकरम्मा म्हणाल्या.

हे संभाषण ऐकणारे गोपालय्या संतोषानं म्हणाले, ''या मुलांच्या किलबिलाटाहून आणखी काय सुंदर आहे?''

न्हाणीघरातल्या चुलाणाच्या जाळासमोर आम्ही दोघं बसलो होतो. जाळाच्या

उजेडात गोपालय्यांच्या चेहऱ्यावरचे भाव स्पष्टपणे दिसत होते. त्यांचं मृदु हास्य मला जाणवलं होतं. कुठल्यातरी एका माणसाला आपला भाचा किंवा मुलगा मानून त्याच्यासाठी इतकं सगळं करायचं आणि त्याच्या मुलांना नातवंडं समजून त्यांच्यावर वात्सल्याचा वर्षाव करण्याची त्यांची रीत विलक्षण होती!

यामुळेच त्यांच्या जीवनाला अपूर्व सौंदर्य प्राप्त झालं होतं.

मुलांच्या संदर्भात मी त्यांच्या जीवनाचा विचार करीत होतो. नेमकं त्याच वेळी गोपालय्यांनी मला विचारलं, "तुम्हाला किती मुलं?"

"माझं लग्न झालं नाही." मी उत्तरलो.

"मग तुम्हाला नाही जमणार हे. म्हणजे – तसं नव्हे! माझी आई वारली त्या वेळी मी अठरा वर्षांचा होतो. इतर सगळी जबाबदारी अंगावर असली तरी आई असेपर्यंत मीही या सावित्री - सुब्बरायसारखाच वागत होतो."

"तोही एक मोठा गुणच आहे. अजूनही तुमच्यात बालकांचा थट्टेखोरपणा, निरागसपणा वगैरे गुण दिसतात. अशा कितीजणांना वय वाढलं तरी ही ऋजुता जपता येते?"

"म्हणजे? एवढा म्हातारा झालो तरी मला अक्कलच आली नाही म्हणता?"

त्यांनी ही कुरघोडी केलेली पाहून मी वरमलो आणि म्हणालो, "तसं नव्हे! माणूस वाढू लागला की त्याचं मन निबर होतं. असं होणं योग्य नव्हे! माणसाचं शरीर वाढतं आणि ते वाढायलाच पाहिजे. मन आणि ज्ञानही विशाल व्हायला हवं! पण स्वभाव मात्र कोवळाच राहायला हवा!" बऱ्याच ठिकाणी वाचलेले सुविचार मी त्यांच्यासमोर मांडले.

"खरंय तुम्ही म्हणता ते! म्हातारपणीही माणसानं तान्ह्या बाळासारखं निर्व्याज असावं, निष्कलंक असावं; पण कसं शक्य आहे हे? चारचौघांशी व्यवहार करताना कितीतरी वेळा हात पोळतात, मनं कडवट होतात! कुणावरही विश्वास ठेवू नये, कुणासाठीही काही करू नये असं वाटू लागतं –"

"सामान्यांच्या बाबतीत तुम्ही म्हणता ते खरं असेल! पण तुमच्यासारख्यांच्या बाबतीत मात्र ते खोटं आहे. तुम्हाला तसं वाटलं असतं, तर नारायणवर तुम्ही इतके उपकार केले असते?"

"मी कसला कुणावर उपकार करतोय? त्याच्या नशिबी या जमिनीचं ऋण लिहिलं असेल. माझ्याबरोबर आणि माझ्या शंकरीबरोबर इथंच विव्हळत राहावं असं लिहिलं असेल! म्हणूनच देवानं या नारायणला इथं आणलं. त्यानंच केलंय हे!"

"देवानं केलंय हे खरं असलं तरी पुजाऱ्याची तशी इच्छा असल्यामुळेच हे शक्य झालंय!"

"पुजाऱ्याच्या मनात तशी इच्छा निर्माण करणाराही तोच नाही का? शिवाय हे मी काही परोपकार म्हणून केलं नाही. आमची स्वतःची मुलं इथं आमच्याबरोबर

असती तर नारायण - लक्ष्मी आणि त्यांच्या मुलांवर आम्ही इतका लोभ ठेवला असता की नाही, कोण जाणे!

"या सावित्रीला पाहिलं की, माझ्या गेलेल्या मुलीची आठवण होते मला! तीही अशीच चुणचुणीत होती. अशीच गोड बोलायची. माझ्या तर डोक्यावरच बसायची! माझा मुलगाही या सुब्बरायसारखाच होता – पण याच्यापेक्षा दसपट हुशार. दोन्ही मुलं अंगणामध्ये आणि घरात खेळत होती, तोपर्यंत आम्हाला दु:ख हा शब्दच ठाऊक नव्हता.

"पण एके दिवशी ज्यानं दिलं तोच मुलीला घेऊन गेला! परमेश्वराची इच्छा समजून आम्ही स्वत:ला सावरलं. एके दिवशी एकुलता एक मुलगाही निघून गेला! जीवनात अर्थच उरला नाही – हं आता गंमत पाहा ना! आमची पोटची मुलं आमच्यापासून दुरावली आणि ही तान्ही बाळं आमची झाली! आमच्या मुलांकडून जे प्रेम आणि आदर मिळायचा तो या मुलांकडून मिळतोय! ही आमची अपेक्षाही एक प्रकारचा स्वार्थच नाही का?

"कधीकधी शंकरीला मुलांची आठवण येते. त्या वेळी मी तिची समजूत घालतो. या मुलांतच आपल्या मुलांना पाहायला सांगतो; पण या मुलांची माया पाहतानाही मला वाटतं, यातलं तरी काय शाश्वत आहे? आमचीच मुलं निघून गेली! आता नारायणची मुलं आमची कशी होतील? उद्या ही मुलंही मोठी होतील; त्यांनाही पंख फुटतील – नंतर काय?

"देवाचाच विचित्र खेळ हा! माणसाचं जीवनच विचित्र! काय म्हणायचं याला तेच कळत नाही."

स्वयंपाकघरातून आलेल्या शंकरम्मांनी विचारलं, "हे काय? आज पाहुण्यांना जेवण नाही?"

गोपालय्यांनी चटकन स्वत:ला सावरलं. सगळे विषय बाजूला सारून ते उठले आणि मोठ्यानं म्हणाले, "म्हणजे आम्हालाही दोसा आहे ना, सावित्री?"

"सावित्रीची आता मध्यरात्र झालीय!" शंकरम्मा म्हणाल्या.

गोपालय्यांनी माझ्याकडे वळून विचारलं, "तुमचे तुम्ही न्हाऊन घेता की मी पाणी ओतू?"

"नको, नको! मीच अंघोळ करतो." म्हणत मी पाण्याच्या तांब्याला हात घातला.

पण माझं काही न ऐकता त्यांनी माझ्या हातातला तांब्या काढून घेतला. माझ्या खांद्यावर हात ठेवून मला खाली बसवलं आणि माझ्या डोक्यावर त्यांनी कढत पाण्याची संततधार धरली. मला नीट श्वासही घेता येईना! कधी एकदा हे न्हाणं संपतंय असं वाटू लागलं मला!

कढत पाण्यानं माझं अंग लालबुंद झालं होतं. अंग पुसत मी ओसरीवर जाऊन बसलो. संध्याकाळच्या गारव्यात ते न्हाणं सुखावह वाटलं तरी आता मात्र घामाची धार लागली होती. घाम पुसण्याचं एक कामच लागलं होतं मागं!

मुलं केव्हाच झोपली होती. शंकरम्मा ओसरीवर आल्या आणि एका बाजूला पाय लांब करून बसत त्यांनी विचारलं, "झालं न्हाणं?"

"आयुष्यात कधीच असा न्हायलो नव्हतो मी!" मी उत्तरलो.

"काय? तेल लावून न्हायची तुमच्याकडे पद्धत नाही?" शंकरम्मांना खूपच आश्चर्य वाटलं असावं!

"क्वचित कधीतरी! वर्षा-चार वर्षांतून एकदा!" मी म्हटलं.

"अय्यो! मग डोळ्यांची काय गत हो? आमच्या यांची आता साठी उलटलीय. अजूनही रोज तेल लावून न्हातात ते! म्हणूनच त्यांचे डोळे अजूनही स्वच्छ राहिलेत!"

"तुमच्या यजमानांची प्रकृती तशीच आणि साहसही अपार! आमचं आपलं सगळंच साधारण!"

"काटुमूलेला जाऊन आलात?" त्यांनी विचारलं.

काहीतरी गप्पा मारत बसायची त्यांची इच्छा दिसत होती. त्या मला 'गाव कुठलं? शेतीवाडी आहे का? जनावरं किती?' वगैरे प्रश्न विचारत होत्या. मीही त्यांना उत्तरं देत गेलो.

गोपालय्यांचीही अंघोळ झाली. तोपर्यंत माझं घाम येणं थांबलं होतं आणि थंडी वाजत होती. तिथल्या पंचानं मी माझं अंग झाकून घेतलं.

गोपालय्या आल्या आल्या म्हणाले, "आता उशीर करू नकोस शंकरी. चला, जेवू या. भूक लागली असेल यांना!"

शंकरम्मा आत गेल्या. त्यांच्या पाठोपाठ आम्ही स्वयंपाकघरात गेलो. पुन्हा जेवण, पुन्हा आग्रह! दोसे, मध आणि सांबार असा बेत होता. यथेच्छ जेवण झालं. त्या दोघांच्या आग्रहाखातर माझ्या कुवतीपेक्षा मी जरा जास्तच जेवलो! काही नको म्हटलं की दोघंही म्हणत, "तुम्ही पुन्हा कधी आमच्या घरी येणार?"

अखेर मी म्हटलं, "कधीच येणार नाही असं कसं म्हणता?"

तरीही त्यांचा आग्रह सुरूच होता.

जेवणं होताच बाहेरच्या ओसरीवर आलो. तिथे चटई, उशा अंथरल्या होत्या. त्यावर बसलो. विड्याचं तबक समोरं आलं. तपकिरीची डबीही आली. पानाच्या पिंकेबरोबर अधूनमधून शब्द तोंडातून बाहेर पडत होते.

मध्येच देरण्णाचा विषय निघाला.

मी म्हटलं, "रात्री देरण्णा येणार होता ना? नाही आली स्वारी!"

"देरण्णा? आला तर येईल, नाही तर नाही! 'येतो' म्हणायची त्याला सवयच आहे! अंधारात कशाला जायचं तडफडायला म्हणून घरीच थंड झोपला असेल!"

"अशा अंधारात, या रानाच्या कोपऱ्यात तुम्ही दोघंच राहता! भीती नाही वाटत तुम्हाला?"

"काटुमूलेला नारायण आणि लक्ष्मी दोघंच राहत नाहीत का? आणि भीती कसली? वाघ काय घरात शिरतो?"

"कंटाळा नाही येत?" मी विचारलं खरं; पण दुसऱ्याच क्षणी मला वाटलं, का मी त्यांच्या एकलकोंड्या जीवनावर सारख्या टोचा मारतो आहे?

"तसा कंटाळा सगळ्यांनाच येतो. ते काही कंटाळा येण्याचं कारण होऊ शकत नाही. कंटाळा काय, येतो आणि जातो! दिवस कसाही सरतो; पण रात्री मात्र आम्हा दोघांना झोपच येत नाही; त्यामुळे काहीतरी गप्पा मारत बसतो झालं! त्याच त्या गप्पा! आमच्या या जीवनात नावीन्य तरी कुठलं? आता या वयात आम्ही जाणार कुठे?"

"खरंय! रोज काय नवं असणार? कुणालाच शक्य नाही ते! नवी नवलाई चार दिवसांची! लग्नानंतर चार दिवस दोघं एकमेकांना नवे वाटले तरी पाचव्या दिवशी तेच एकमेकाला जुने वाटू लागतात!"

"तुमचं तर लग्न झालेलं नाही! मग या नवरा-बायकोच्या गोष्टी तुम्हाला कशा ठाऊक?" गोपालय्यांनी खोडकरपणे विचारलं.

"लग्न झालं नाही म्हणून काय झालं? कितीतरी विवाहितांना पाहिलंय मी! त्यावरून नाही का समजत?" मी थोड्या हट्टानंच म्हणालो.

"असं असेल तर मी तुम्हाला सांगतो ते ऐका! तुम्ही जे पाहिलंत ते खोटं आहे! तुम्हाला जे समजलंय तेही चुकीचं आहे! आता माझ्या आणि शंकरीच्या जीवनावरूनच तुम्हाला सांगतो मी. आमच्या शंकरीचे दोन दात पडलेत आता. माझ्यापेक्षा तीच म्हातारी दिसते! पण तरीही मला ती रोज नवीच वाटते! लहान मुलांना प्रत्येक दिवस नवाच नाही का वाटत? त्यांच्यात रोज भांडणं होतात. पुन्हा त्याचा विसर पडतो, पुन्हा गट्टी जमते. त्यांची प्रत्येक गट्टी नवीच असते की नाही?"

"पण दिवसातून आठ वेळा भांडून पुन्हा तुम्हा दोघांची गट्टी झालेली मी नाही पाहिली ती?"

"खरंय!" ते हसले, "आमचं काही रोज मुष्टीयुद्ध होत नाही! पण वाग्युद्ध मात्र अगणित वेळा होत असतं!"

पण माझा मात्र त्यावर विश्वास बसला नाही. त्यांची तोंडी भांडणं होत असतील; पण ते दोघं एकमेकांसाठीच जगताहेत, हे मला स्पष्टपणे दिसत होतं!

कुठल्या विषयांवर त्यांच्यात भांडणं होत असतील?

त्याच वेळी शंकरम्मा जेवण-खाण उरकून बाहेर आल्या. आल्या आल्या माझ्याकडे पाहत म्हणाल्या, ''आजही यांना झोप येत नाही का? न्हाणं झालंय, दमणूकही झालीय. एव्हाना तुम्ही झोपला असाल असं वाटलं होतं मला!''

गोपालय्या त्यांना म्हणाले, ''ते जाऊ दे शंकरी! तूच एका प्रश्नाचा निकाल दे बरं! मी यांना सांगत होतो की, आम्ही नवरा-बायको रोज भांडतो आणि पुन्हा एक होतो; पण यांचा त्यावर विश्वास नाही बसत. खोटं सांगितलं मी?''

''एवढं वय झालं; पण पोरकटपणा काही जात नाही तुमचा! मी कुठे भांडते हो तुमच्याशी?''

''तू भांडतेस असं काही सांगितलं नाही मी त्यांना; पण मी कधीच भांडलो नाही का तुझ्याशी? काहीतरी खुसपट काढून दिवसातून कितीतरी वेळा तुझ्यावर ओरडत नसतो?''

मी शंकरम्मांच्या उत्तराची वाट पाहत होतो.

''हो! तुम्ही भांडता, मीही भांडते! तुमच्या या गडगडाटाला भांडण समजले असते, तर कधीच घर सोडून पळून गेले असते मी! पोफळीच्या बागेत राहणाऱ्यांना हळू बोलायची सवय असते कुठं? त्या शिशिल-मुंडाजे गावाकडच्या ब्राह्मणांना तर आम्हा हव्यकांपेक्षाही मोठ्यानं बोलायची सवय असते. आमच्या बोलण्यानं पोफळीचं झाड थरकापतं, तर त्यांच्या बोलण्यानं पोफळीची शिंपुटंच गळून पडतात! आता ते मोठ्यानं बोलतात म्हणून त्यांना झगडघंटा समजायचं की काय?''

''आता अलीकडे भांडणं होत नाहीत, ते जाऊ दे; पण लग्न झालं त्या वेळी तर तुझ्याशी भांडत होतो की नाही?''

''जळ्ळी तुमची आठवण! तुम्हाला सांगते मी –'' माझ्याकडे वळून त्या म्हणाल्या, ''माझ्या वडिलांशी मर्कटचेष्टा करून मला इथे घेऊन आले हे! इतक्या मुलींची लग्न कशी करायची या काळजीनं माझ्या वडिलांनी बोलून बोलून मला मुकंच केलं होतं. अशा माझ्यासारख्या मुकांबिकेशी लग्नाच्या दुसऱ्याच दिवशी हे लागले गप्पा मारायला! मी तर लाजेत बुडून गेले होते! त्यात लग्नानंतर माझे आई-वडीलही इथेच होते! मी यांच्याशी गप्पा मारायला लागले असते, तर ते काय म्हणाले असते? घरात लाजाळूचं रोप असलेली मुलगी नवरा भेटल्यावर निर्लज्ज झाली असं नसते का म्हणाले?

''मी बोलत नाही असं पाहून दिवसातून असंख्य वेळा हे माझ्यावर रागवायला लागले. अहो, लग्नाच्या दुसऱ्याच दिवशी मला तर वाटायला लागलं, गरीब गायीला वाघाच्या तोंडी देतात तसं केलंय आपल्या आई-वडिलांनी! काय करणार अखेर बायकांचा जन्म ना! दुसरा उपाय तरी कुठला?

"आई-वडील गावी परतले आणि यांना तर रानच मोकळं मिळालं. रोज सकाळ-संध्याकाळ, तिन्ही त्रिकाळ यांचं सुरू झालं, 'बोल! बोल! काहीतरी बोल! तुझ्या तोंडाला कुणी कुलूप घातलंय का?'

"आणि माझी परिस्थिती तर काही विचारू नका!

"अखेर गावी परतताना आईनं सांगितलेली एक गोष्ट आठवली. तिनं सांगितलं होतं की, कुणी निर्लज्ज म्हटलं तरी हरकत नाही; पण नवऱ्यानं काही विचारलं तर त्याला उत्तर द्यावं! त्यात यांना आई नव्हती. ते एकलेपणाचं दु:खही माझ्या आईनं जाणलं होतं! कुणीतरी आपलं माणूस असलं की, त्याच्याशी बोलावंसं वाटतं. शिवाय हे काही चार माणसांत वाढले नव्हते!

"माझ्या अबोल्यावर ते रुसले, तशी डोळ्यांत पाणी आणून मी त्यांच्यापाशी गेले आणि बोलण्याचं कबूल केलं – हं! तेच एक आमचं भांडण म्हणता येईल. त्यानंतर कधी झालं आपलं भांडण?" शेवटचा प्रश्न गोपालय्यांना उद्देशून होता.

"तसं थट्टेनं एकमेकांना नावं ठेवत होतो खरं! ते आपलं मांजरीच्या पिल्लांचं भांडण! भांडण संपलं की एकमेकांत जास्तच जीव गुंतायचा!

"ते दिवस आज आठवले की, हे सगळं खोटंच वाटतं! कुठे होते मी? हे कुठं होते? आता इथं आहोत हे खरं; पण नंतर कुठे असू?" त्या म्हणाल्या.

"पण देवाच्या मनात काय आलं कोण जाणे!" त्यांच्या मनातली आठवण उसळी मारून वर आली होती.

"पाहा ना! दोन मुलं झाली मला! ती दहा-बारा वर्षांची होईपर्यंत स्वर्गच होता इथं! तो मळा, ते शेत त्याच वेळी उभं राहिलं. त्या वेळी एक क्षणभरही व्यथा-वेदना आली नव्हती आमच्या वाट्याला!"

एक सुस्कारा टाकत त्या पुढे म्हणाल्या, "पण सगळे दिवस कुठे सारखे असतात? माझी वाग्देवी चुटचुटीत बोलत, घरभर वावरत होती. ते किंवा तिचं लग्न आठवलं की, कसंसंच होतं! बारावं संपायच्या आत तिचं लग्न करून दिलं आम्ही. बळ्ळारीचे पाहुणे होते. त्या मुलालाही एकच बहीण होती. ती मोठी झाल्यावर आमच्या मुलाशी तिचं लग्न करायचं ठरवलं होतं. सगळे माणसांचे विचार हे! दैवानं वेगळंच ताट समोर मांडलं होतं! पंधराव्या वर्षी ती बाळंतपणासाठी माहेरी आली. ती पुन्हा सासरी गेलीच नाही! बाळंतपणातच ती गेली! इथंच! तिचं बाळही गेलं. तो कोवळा जीव गेला आणि आम्ही म्हातारे मात्र अजूनही जिवंत आहोत!

"खोटं वाटेल तुम्हाला – ती ओली बाळंतीण झोपली होती. तिचं अंग तापानं फणफणलं होतं. ती शुद्धीवर नव्हतीच. मध्येच तिनं हाक मारली – 'आई –'

"मी तिच्याजवळच बसले होते. तिचं अंग तापल्यापासून मी तिच्याजवळून

उठलेच नव्हते. तिची हाक ऐकू येताच मी विचारलं, 'काय गं!'

" 'आई, कुणीतरी बोलावतंय मला! मी गेले तरी तुम्ही दोघांनी रडायचं नाही हं! हे माझं बाळ जगणार नाही! मीही जगणार नाही! महिन्यापूर्वीच मला स्वप्न पडलं होतं. तुला मुद्दामच सांगितलं नव्हतं मी! आज तो दिवस आलाय वाटतं –'

"काय वाटलं असेल मला ते ऐकून? आजही ते आठवलं की, अंगावर काटा उभा राहतो!

"तिची समजूत काढत मी म्हटलं, 'बाळ, नको असं म्हणू! देव आहे! तो सगळं ठीक करील!'

"तोंडानं काही म्हटलं तरी डोळ्यांतलं पाणी कसं आवरता येईल? पण माझ्या बाळीला त्या वेळी कुठली शक्ती आली होती कोण जाणे! अहो, दोन दिवस तिच्या तोंडातून शब्द बाहेर आला नव्हता. ती माझी सोनी म्हणाली, 'आई, तू माझ्यासमोर रडू नकोस आणि माघारीही रडायचं नाही. तुझ्या मांडीवर मरायचं भाग्य माझ्या नशिबात आहे. किती नशीबवान आहे मी!'

"तिचा चेहरा कसातरी झाला. मी तिचं डोकं मांडीवर घेतलं आणि यांना हाक मारली, 'अहो, इकडं या पाहू!'

"ते आले, आम्हा दोघांकडे पाहून ती हलकेच हसली आणि तिचे डोळे मिटले.

"तिचं म्हणणं अगदी खरं झालं होतं!

"माझं मन अस्वस्थ झालं. आम्ही दोघंही भ्रमिष्टासारखे झालो.

"त्या वेळी आमचा शंभू बळ्ळारीला शिकत होता. तोही त्या वेळी इथंच होता. त्या दिवशी तो वरचेवर आम्हाला सांगत होता, 'आई, अप्पा का रडता? अक्कानं सांगितलंय ना, रडू नका म्हणून!'

"त्या आठ-दहा दिवसांत तो एखाद्या कर्त्या माणसासारखा वागत होता!

"आणि तोच शंभू आज कुठंय? काय झालं हे? माणसाचा स्वभाव असा कसा? आमचा शंभू आमच्यापासून असा दुरावेल, आम्हाला विसरेल असं आमच्या ध्यानीमनीही नव्हतं.

"त्याची अक्का गेल्यावर वर्षभर तो इथं वरचेवर यायचा! 'गेलेल्या माणसाविषयी दुःख करू नये; त्यामुळे ती माणसं परत येतात का?' असं विचारून आमची समजूत घालायचा. त्याचा पोक्तपणा पाहून आम्हा दोघांनाही आश्चर्य वाटत होतं. त्यांचं बोलणं पटतही होतं. ज्यानं दिलं त्यानंच नेलं तर त्यावर उपाय कुठला?

"शंभूचं धैर्य, प्रेम, त्याचा विश्वास पाहून त्याची अक्काच त्याच्यात सामावली असं आम्हाला वाटत होतं!

"दिवस जात होते तशी वाग्देवीच्या मृत्युनं झालेल्या आम्हा दोघांच्या दुःखावर खपली बसू लागली. तसं हे दुःख आमच्याबरोबरच संपायचं! तरीही दिवस नेहमीसारखे

जाऊ लागले. तारुण्याच्या उत्साहात मृत्युचा अनुभव भरपूर शहाणपणा शिकवून गेला! आईच्या मृत्युपेक्षा मुलीचा मृत्यू पचवायला फारच कठीण गेला! किती झालं तरी आईचं आतडं वाईट!''

बराच वेळ आम्ही सगळे वाग्देवीच्या मृत्युशय्येभोवती बसल्याप्रमाणे बसलो होतो. काही बोलायला सुचत नव्हतं! मन भ्रमिष्टासारखं झालं होतं! मनासमोर मोठं शून्य गरगरत होतं!

हे मौन शंकरम्मांनीच सोडलं. निराशेनं भरलेल्या स्वरात त्या म्हणाल्या, ''हे सांगत होते, तुम्ही खूप गावी फिरत असता म्हणून! तुम्ही शोधा त्याला! तो कुठं भेटला तर तो कसा आहे, कुठे आहे ते पत्रानं कळवाल का आम्हाला? त्याला इथं यायचं नसेल तर राहू द्या! तो जिथं आहे तिथं सुखात आहे असं समजलं, तरी खूप झालं! आता आमचं काशीयात्रेला जायचं वय झालं! या वयात आम्ही कुठं शोधणार आहोत त्याला?''

हे ऐकून मी व्यथित झालो. अनुकंपेनं मन भरून गेलं.

माझ्याकडे पाहत गोपालय्यांनी विचारलं, ''का? कंटाळा आला हिचं रडगाणं ऐकून? तिचं मन थाऱ्यावरच नसतं कधी! तो कुठं असेल, कसा असेल हाच विचार तिच्या मनात! जे फळ हातात मिळणार नाही त्याची आशा का करायची?''

''मी वरचेवर मुंबई किंवा इतर अनेक गावी भटकत असतो हे खरं! त्या वेळी तुमचा मुलगा भेटणारच नाही असंही नाही; पण तो भेटेलच आणि भेटल्यावर मी त्याला ओळखेनच अशी खात्री मी कशी देऊ?''

''भेटला तर आमचं सुदैव! नाही तर काय करणार? पण समजा, कधी भेटलाच तर त्याला म्हणावं, तुझी आई तुझ्यासाठी तळमळतेय! पण मला तर यात काही फारसा अर्थ दिसत नाही!''

काय बोलावं ते मला समजेना. मनातला सल कुणापुढे तरी सांगण्यासाठी आसुसलेले ते दोन जीव! पण त्यांनी हे सगळं मला का सांगावं? दोन दिवसांसाठी आलेला माझ्यासारखा एक अपरिचित मुसाफिर! आमचा काही फार दिवसांचा परिचय नव्हता की मी त्यांचं काम करेन याची खात्री नव्हती.

मला वाटतं, आपलं दु:ख कुणापुढे तरी मांडण्याची त्यांना संधी हवी होती आणि मी तिथे गेल्यामुळे त्यांना तशी संधी मिळाली एवढंच! त्या वेळी मला त्यांच्या जीवनातल्या चिंतामय भागाचं दर्शन झालं.

पण उरलेल्या वेळी ती दोघं म्हणजे जणू दोन उत्साही पाखरंच! तृप्त जीव ते! असं सार्थकी लागलेलं जीवन कुठेच दिसलं नव्हतं मला!

त्या रात्रीच्या आमच्या गप्पा अशाच भरकटत राहिल्या आणि तशाच संपल्या.

''झोपा आता! त्या न्हाण्यामुळे तुम्हाला झोप आली असेल. भरपूर फिरून

दमला असाल. त्यामध्ये भरीत भर म्हणून आमची कटकट तुम्हाला ऐकवली! मला कधीकधी वाटतं, माणसानं आपला आनंद चारचौघांबरोबर वाटून घ्यावा; पण दुःख मात्र एकट्यानंच भोगावं!''

''का? आनंद चारचौघांत वाटायचा, तर दुःख का नको? याचा अर्थ एवढाच की, माणसाला नेहमीच सहृदय मित्राची आस असते. तो काही एकांडा जीव नव्हे! रानात असो किंवा शहरात, त्याच्या सुख-दुःखात कुणीतरी वाटेकरी हवेत. आपलं दुःख मोकळेपणानं कुणापुढे तरी मांडलं की मन हलकं होतं. शिवाय दुःख ऐकण्यातही फायदा आहे. इतरांच्या जीवनातला तथ्यांश तरी समजतो –''

बरीच रात्र झाली होती; त्यामुळे गप्पा थांबवून आम्ही झोपलो. म्हणजे आमचा डोळ्याला डोळा लागत नाही असं म्हणणारे गोपालय्या अंथरुणाला पाठ लागल्यावर पाच मिनिटांत तालासुरात घोरू लागले!

त्या रात्री मला मात्र लवकर झोप आली नाही. ते जेव्हा जेव्हा आपल्या मुलाविषयी सांगत, त्या प्रत्येक वेळी मला त्याला कुठंतरी पाहिल्यासारखं वाटत होतं. एका परिसरातले आणि समवयस्क असल्यामुळे कुठेतरी भेटलोही असू, असं माझं मन सांगत होतं; पण आठवणींची कागदपत्रं कितीही उलटली तरी शंभूचं चित्र माझ्या डोळ्यांसमोर येईना! गोपालय्यांच्या रूपबांध्यावरून मी एका तरुणाची आकृती मनात रेखाटत होतो. हसरा चेहरा, हसरी जिवणी, तेजस्वी डोळे, दणकट बांधा! पण याला कुठे पाहिलंय मी? आणि आता कुठे पाहू शकेन? भेटू शकेन?

दोन्हीही प्रश्न अनुत्तरित राहिले.

पहाटेच्या वेळी मी मनोमन निर्माण केलेली एक आकृती डोळ्यांसमोर उभी राहिली! घराच्या अंगणात वाग्देवीबरोबर त्याचा रंगलेला खेळही दिसला!

सकाळी उठताना मात्र मला माझ्या या वेड्या मनाची थट्टा करावीशी वाटली!

पाच

पहाटे मला जाग आली तेव्हा बागेतील पोफळीची झाडं नीलांगनेप्रमाणे धुक्याची वस्त्रं लेऊन उभी होती!

मी उठलो तो तडक अंगणात गेलो. अंगणभर फिरलो. पलीकडच्या हिरव्या गवतावर गेलो. एव्हाना पावलांच्या टाचा बधीर झाल्या होत्या. बागेत धुकं आणि दव अल्लाद भरलं होतं, तर इथं बोचऱ्या थंडीचा मारा होत होता. मी घाईघाईनं पुढे गेलो.

किरणांनी धुकं रूपेरी झालं तेव्हाच मला सूर्य उगवल्याचं समजलं! मी माघारी वळलो तेव्हा पोफळीची डोकी शृंगारलेली दिसत होती! लाल सूर्याची सोनेरी किरणं त्यांच्या टोकांना चुंबत होती.

मी लगबगीनं घरी आलो. कपडे बदलून गोपालय्यांना भेटण्यासाठी इकडं-तिकडं पाहू लागलो. तिथं आलेल्या गोपालय्यांनी मी कपडे बदललेले पाहिले आणि विचारलं, "हे काय? कॉफीही प्यायची नाही?''

"का बरं? कॉफी पिऊनच निघायचं! दोन दिवस मुक्काम ठोकला ते पुरेसं नाही की काय?''

कॉफी पिताना गोपालय्या शंकरम्मांना म्हणाले, "कॉफी प्यायल्यावर हे निघताहेत शंकरी!''

मी कपडे बदललेले पाहून शंकरम्मांनाही फारसं बरं वाटलेलं नसावं.

त्या म्हणाल्या, "खरंय! आपलं रडगाणं ऐकून ते कंटाळले असतील!''

मी चमकलो. त्यांना बरं वाटावं म्हणून दोन दिवस इथं राहण्याऐवजी मी यांना कंटाळून तर निघून जात नाही ना?

छे! तसं नव्हे!

मग त्यांच्याबरोबर आणखी दोन दिवस इथं का राहू नये? त्या दोघांनाही किती बरं वाटेल!

खाणं संपलं. त्यावेळेपर्यंत मला वाटू लागलं की, त्यांना सांगावं, तुम्ही 'राहा' म्हणाल तितके दिवस राहीन म्हणून; पण तसं बोललो मात्र नाही.

खाणं आणि कॉफी आटोपून आम्ही बाहेर ओसरीवर आलो, त्याच वेळी सावित्री आणि सुब्बराय आरडाओरडा करू लागले, "आण्णा आले, आण्णा आले!"

"कोण? नारायण का?" गोपालय्यांनी विचारलं.

नारायण उत्साहानं बोलतच आत शिरला, "मामा, सुपारीचा दर वाढणार आहे म्हणे! पंजच्या सावकारांचा निरोप आहे, त्यांना विचारल्याशिवाय सुपारी विकू नका म्हणून!"

"पंजच्या सावकारांचा निरोप आहे?"

"पुत्तूरहून त्यांना तसं समजलंय. त्यापेक्षा पुत्तूरलाच जाऊन दराची चौकशी करून यावं असं वाटतंय मला. शिवाय षष्ठीच्या आधी वर्षाची पेंडही आणायला पाहिजे. या आठवड्यात थोडी सुपारीही द्यायला हवी! देरण्णाचंही थोडं भात आहे म्हणे. लवकर गाडी जुंपून पुत्तूरला पाठवायला पाहिजे."

"पण त्यासाठी एक-दोन दिवसांचा अवधी हवा. असं करू या, शनिवारी छकडा सांगू या; त्यामुळे आपल्या पाहुण्यांचेही सुळेगावपर्यंत चालत जाण्याचे श्रम वाचतील. बळ्ळारीपर्यंत छकड्यानं येतील आणि तिथून बस मिळेल त्यांना."

मलाही तिथे राहायला काहीतरी निमित्त हवं होतं; कारण आपणहोऊन कसं म्हणायचं, 'आता मी राहतो' म्हणून! एवढं झाल्यावर मी चटकन अंगातला शर्ट काढून ठेवत म्हटलं, "बरं, मग शनिवारीच निघू या."

नेमका तोच मुहूर्त साधून नारायणनं विचारलं, "मग मामा, दुपारी यांना घेऊन येता ना आमच्या घरी?"

"मला काय! आत्ताच घेऊन जा हवं तर!"

"तुम्ही नाही येत?" मी विचारलं.

"मी? मी कसा येऊ? आता या छकड्याच्या कामासाठी सुब्रह्मण्यला जायला हवं! लवकर काम आटोपलं तर, येईन दुपारपर्यंत. नाहीतर संध्याकाळी तुम्हाला इथं घेऊन येण्यासाठी नक्कीच येईन. या छकड्याच्या कामासाठी नारायणचा उपयोग नाही. शिवाय माझ्या मालाबरोबर आणखी कुणाचा माल जाणार आहे, तेही समजलं तर बरं. याबाबतीत देरण्णावर विसंबता येणार नाही. भाताचा दर आणखी वाढेल या आशेनं महिनाभर भात घरीच ठेवून घेऊन बसायचा तो!"

"मामा, मी जातो छकड्याच्या कामासाठी. तुम्ही पाहुण्यांना घेऊन घरी जा."

"तसा पटकन छकडा नाही मिळायचा तुला. षष्ठीचा उत्सव होईतो कोण गाव सोडेल? त्यातच जनावरांचा बाजारही तीन-चार दिवसांवर आलाय!"

नारायण काही बोलला नाही. गोपालय्यांचं बोलणं त्यालाही पटलं असावं.

मी रोजच्यासारखा फिरायला बाहेर पडण्यास तयार झालो. 'अंघोळ करून निघावं की न करता?' माझ्या मनातला हा गहन प्रश्न गोपालय्यांनी जाणला आणि ते म्हणाले, "अंघोळीची कटकट उरकूनच जा ना!"

"का? तिथं काय गरम पाणी नाही की काय?" नारायण म्हणाला, "नाहीतरी इकडं तिकडं भटकत घरी जाईतो अंग पार घामेजून जाईल. त्यानंतरच अंघोळ केलेली बरी नाही का?"

"या नारायणला थंडीतही घाम येतो बरं का!" गोपालय्या थट्टेनं म्हणाले.

"अहो, परवाच त्याला थंडी-ताप आला होता. त्या वेळी घाम आला होता म्हणून तसं म्हणताहेत हे!" शंकरम्मा म्हणाल्या, "आणि या परगावच्या पाहुण्यांना 'घाम येईल' असं का म्हणतोस बाबा!"

त्यांचं बोलणं ऐकून नारायण हसला. मलाही हसू आलं.

"अरे नारायण, पाहुण्यांना फक्त घरी बसवून ठेवलं तर ते कंटाळतील. आधी आमच्या गावात पाहायचं ते काय! इथल्या दोन्ही डोंगरांवर त्यांना फिरवून आणलं आहे मी. आता त्यांना कुठेतरी घेऊन जा."

"कडमकल्लीला गेलो असतो; पण अंतर खूप आहे! आमच्या घरापासून चार कोसांवर रबराचा मळा आहे, मीही पाहिलेला नाही; तिथं गेलो असतो पण..."

"नारायण –" मध्येच गोपालय्या म्हणाले, "तुझा तो रबराचा मळा पाहायला जायचं म्हणजे, पाहुण्यांना दुपारच्या जेवणावर पाणीच सोडावं लागेल! तू त्यांना दुपारच्या जेवणासाठी घेऊन जात आहेस आणि रबराच्या मळ्याचंही तूच म्हणतो आहेस! मडिकेरीला जाताना त्यांनी पाहिला असेल रबराचा मळा. त्यापेक्षा गुत्तिगारुच्या पायवाटेवरच्या आपल्या नदीवर साकव बांधलाय ना? तो दाखव त्यांना. पाहण्यासारखा आहे. लोखंडाचा पूल पाहिला असेल त्यांनी! आता आमच्या गावचा हा पूलही पाहू द्या. त्याला आधाराला खांब नाही की काही नाही!"

"काय? झुलता पूल? सस्पेन्शन ब्रिज? हं, पाहायलाच पाहिजे मग!" मी उत्साहानं म्हणालो.

"इंग्लिशमध्ये त्याला सस्पेन्शन ब्रिज म्हणतात का? तुमच्या इंग्लिशमध्ये कशालाही नाव द्यायचं झालं की, कसं दणक्यात नाव ठेवतात! हीच नदी पुढे पंजवळून जाते. तिथे तिला आनेकल्ल नदी म्हणतात. तिचा जोर पाहावा भर पावसाळ्यात! आमच्या इथं तर नदी ओलांडण्यासाठी तर मिळणंही कठीण! म्हणून इथं कळकाचा साकव तयार केलाय. पाहून या त्याचं कौतुक! उद्या तुम्हाला हत्तीचा खड्डाही दाखवता येईल. आता कुणी हत्ती पकडत नाहीत. जुन्या काळातला खड्डा आहे तो! –"

"इथून कितीसा लांब आहे तो साकव?"

"आमच्या गावात काहीच 'लांब' नाहीय हो! सगळं जवळच! सगळं हाके-दोन

हाकेच्या अंतरावर; नाहीतर एका डोंगरापलीकडं किंवा दोन डोंगरांपलीकडं!''

मी अंतराबाबत बेफिकिरी दाखवत म्हणालो, ''किती का लांब असेना! जाऊनच येतो.''

''नारायण, तू बक्क्याला बोलाव. तोही सोबत असू द्या. दुपारी इथंच जेवायला या. काटुमूले खूप लांब आहे. छे, नाहीतर तसं नको! आमच्या सूनबाईला फार वाईट वाटेल. तुम्ही तिथंच जेवायला येताय म्हणून कळवतो मी काटुमूलेला. काय रे नारायण, पाहुण्यांना नुसता भातच का? खीर, साखरभात असं गोडधोड काही आहे की नाही?'' गोपालय्यांनी नारायणची थट्टा करत म्हटलं.

मी विचारलं, ''तुम्ही तर येत नाही. देरण्णाही येणार नाहीत?''

''देरण्णा होय! मग बचकभर तंबाखू घ्या बरोबर! म्हणजे त्या वासानं येईल तो मागून! त्यात तुम्ही नवे आहात म्हणजे नक्कीच येईल! त्याला थोड्या वाळल्या गप्पा लागतात! गप्पांच्या शेवटी बचकभर तंबाखूची लालूच हवी! शिवाय एखादं विड्याचं पान –''

''एका पानासाठी बचकभर तंबाखू?''

''चारचौघांत असला तर तीन-तीन बचकासुद्धा खातो! देरण्णाला खूश करायला दोनच गोष्टी हव्यात. एक म्हणजे त्याला सांगायचं, सोबत भरपूर सुगंधी तंबाखू आहे म्हणून आणि दुसरं त्याला सांगायचं, 'देरण्णा, त्या तिथं झाडाच्या ढोलीत मला पांज दिसला होता म्हणून!' आमच्या देरण्णाला पांजचं मांस खूप आवडतं!''

''पांज म्हणजे?'' मी विचारलं.

''पांज म्हणजे पारं बेक्कू!''

''म्हणजे?'' मी आणखी बुचकळ्यात पडलो.

''अरे हो! तुम्ही शहरातली माणसं नाही का! तुम्हाला कसं हे ठाऊक असणार म्हणा! पांज म्हणजे एक प्रकारची उडणारी खार! तुम्ही रानामध्ये लाल खारी पाहिल्या असतील ना? त्यातलाच हा प्रकार! त्यांच्या पायांमध्ये वटवाघळाप्रमाणे स्नायूंचा पडदा असतो. एका झाडाच्या टोकावरून दुसऱ्या झाडाच्या खोडापर्यंत सहजपणे ती उडते.''

''अस्सं! पाहायला मिळाली असती तर छान झालं असतं!'' मी म्हटलं.

''देरण्णाच दाखवू शकेल तुम्हाला; पण देरण्णा असल्या बातम्या सहसा इतरांना सांगत नाही. त्याबाबतीत मोठंच गुपित असतं त्याचं! आता तुम्हा-आम्हाला सांगेल म्हणा; कारण आपण मारून खाणार नाही, याची खात्री आहे त्याला!''

आमच्या गप्पा चालल्या होत्या, त्याच वेळी बक्क्याची स्वारी तिथं हजर झाली. तो गोपालय्यांचा जुना नोकर. खूप वयस्कर, भरपूर मिशा – काळ्याभोर चेहऱ्यावर उठून दिसणाऱ्या त्याच्या पांढऱ्या मिशा आणि पिकलेल्या भुवया त्याच्या वयाचा

अंदाज देत होत्या. डोक्यावरचे पांढरे केस पिंजारल्यासारखे झाले होते. अंगभर असंख्य सुरकुत्या होत्या. अंगावरची कातडी सैल पडून लोंबत होती.

माझ्यासारख्या अपरिचिताला पाहताच वाकत तो म्हणाला, "नमस्कार देवा–"

मीही नमस्कार केला; त्यामुळे तो चकित झाल्यासारखा दिसला! त्याचं कारणही मला समजलं; कारण बट्ट्याचे सगळे नमस्कार प्रतिनमस्काराशिवायच स्वीकारले जात होते!

गोपालय्यांना मस्करी करण्याची लहर आली असावी! ते म्हणाले, "बट्ट्या, हे बघ, आमच्या घरी तहसीलदार आले आहेत! त्यांना आपलं गाव बघायचंय. गावातल्या जुन्या माणसांची खानेसुमारी करायचीय त्यांना!" असं म्हणत ते माझ्याकडे वळून म्हणाले, "तहसीलदारसाहेब, मी तुम्हाला सांगत होतो ना, तो हाच बट्ट्या! याचं नाव आणि वय लिहून घ्यायचं असेल तर घ्या लिहून! आमच्या मळ्यातलं जुनं चिंचेचं झाड आहे ना, त्या झाडापेक्षा दहा-वीस वर्षांनी तो मोठा असेल!"

बट्ट्या आणखी वाकला, "काय सांगू देवा! भरपूर वय झालं आता! आमचे धनी म्हणतात, मला शंभर वर्षं झाली म्हणून! पण माझी कारभारीण म्हणते, शंभर वर्षं काही झाली नसली तरी वीस-तीस वर्षं नक्कीच झाली असतील! त्यांपैकी कुठलं खरं आणि कुठलं खोटं देव जाणे!"

आलेलं हसू आवरता आवरता माझी पुरेवाट झाली. त्यातच गोपालय्या म्हणाले, "बट्ट्या बावीस वर्षांचा आहे! घ्या रेकॉर्ड करून!"

आता मात्र मला हसू आवरलं नाही. मग बट्ट्या आणखी विनयानं म्हणाला, "नको, नको! असं आपलं वय सांगू नये आणि लिहूनही ठेवू नये! त्यानं आयुष्य कमी होतं म्हणे!"

"म्हणूनच तू शंभरीचा असून वीस वर्षांचा झालास, नाही का? असंच वय सांगत गेलास तर काही दिवसांनी अगदी तान्हं बाळ होशील!" गोपालय्या म्हणाले.

बट्ट्याला काही हा वयाचा हिशेब पटला नाही. गोपालय्यांनी केलेली थट्टा त्याच्या डोक्यात शिरली की नाही कोण जाणे!

गोपालय्यांनी नारायणाला बट्ट्यासाठी विड्याची पानं आणायला सांगितली आणि बट्ट्याला म्हणाले, "बट्ट्या, हे तहसीलदार आपल्या उगवतीकडच्या नदीची पाहणी करायला आलेत. नदीवरचा कळकाचा साकव आहे ना, त्याऐवजी सिमेंटचा पूल बांधायचाय! त्याची पाहणी करायला आलेत ते."

"तिथं काही करायला नको, देवा! तिथं कुठलाच साकव राहणार नाही. हा कळकाचा साकव टिकण्यासाठीच वर्षातून तीन कोंबडे कापावे लागतात! नाहीतर त्या जागेचा कल्कुड - दैव - गप्प बसेल काय? अशा जागी तुमचा सिमेंटचा पूल

तरी टिकणार कसा?''

''तुला काय करायचंय बङ्ख्या? सरकारची कामं ही अशीच! कलेक्टरसाहेबांचा हुकूम निघालाय म्हणून ते आलेत इथं. आलेत तर पाहून जातील! एक पूल टिकला नाही तर दुसरा बांधतील! गावच्या लोकांना तेवढंच काम तर मिळेल ना! आणि समजा, एवढं करून पूल उभा राहिला नाही, तर नरबळी देतील!''

''हां! नरबळी दिला तर मात्र राहील बघा! कोडियालच्या नेत्रावती नदीवर असाच मोठा पूल बांधलाय म्हणे. तीनजणांचा बळी दिल्यावर पूल उभा राहिला म्हणे तो!''

नारायण आला, बङ्ख्याला पान-सुपारी देत अगदी हळू आवाजात म्हणाला, ''तहसीलदार इथे आलेत हे गुपित आहे हं! वयस्कर माणसाला शोधून बळी द्यायचं ठरलंय! म्हणूनच तुझ्या वयाची खोदून खोदून चौकशी केली जातेय!''

बङ्ख्या हसला. ''काय चेष्टा ही! मी मरायला घाबरतो की काय? धन्यानेच गरिबाचा बळी द्यायचं ठरवलं असेल तर, द्या बापडे! खूप वर्ष जगलो मी! मुलं, नातवंडं, पतवंडं झाली! आज-उद्या मरू घातलेल्या माझ्यासारख्याचा बळी दिला तर तेही एक पुण्यकर्मच! ते जाऊ द्या! – काय काम आहे?''

त्याच्या शेवटच्या वाक्यानं मागचं सगळं संभाषण पुसून टाकलं!

नरबळीशिवाय पूल उभा राहू शकणार नाही याविषयी त्याची खात्री असली तरी, आत्तापर्यंत जे झालं ती थट्टा होती, हे त्यालाही समजलं होतं.

गोपालय्या बङ्ख्याला म्हणाले, ''बङ्ख्या, पलीकडच्या झाडांवर चार-सहा शहाळी पाहिली होती. जा, घेऊन ये. नारायण, तू घरात जा आणि गूळ-पोहे बांधून घे बरोबर. तहसीलदार दमतील तिथं त्यांना विश्रांती द्यायची, त्यांना खाऊ-पिऊ घालायचं आणि निवांतपणे घरी घेऊन जायचं.''

''तुम्ही नाही येत धनी? तुम्ही आला असता तर बरं झालं असतं.'' बङ्ख्या म्हणाला.

''मला सुब्रह्मण्यला जायचंय. तुम्ही लवकर निघा. ते शहरगावचे. फार ऊन होण्याआधी त्यांना घरी घेऊन जा!''

बङ्ख्या नारळाच्या झाडावर चढायला निघाला. मुदतीच्या तापानं फुगलेल्या त्याच्या पोटाकडे पाहून मी म्हटलं, ''नको, त्याला नाही जमणार!''

गोपालय्या म्हणाले, ''अहो, माकडसुद्धा बङ्ख्यासारखं झाडावर चढणार नाही! तो जितकं ओझं वाहतो तितकं अठरा वर्षांच्या जवानालाही शक्य नाही!''

खरोखरच बङ्ख्या सरसर नारळाच्या झाडावर चढला. दूरवर कुठेतरी असलेल्या देरण्णानं त्याला पाहिलं आणि ओरडून विचारलं, ''कोण आलंय?''

''तहसीलदार!'' बङ्ख्यानंही तेवढ्याच खणखणीत आवाजात उत्तर दिलं!

बङ्ख्या शहाळी घेऊन उतरला. त्यानंतर लगेच पाच-दहा मिनिटांत आत

डोक्याला फडकं गुंडाळून देरण्णा हजर झाला! तहसीलदार कोण, कुठे बसलेत, इतर कोण कोण माणसं आहेत, याचा विचार न करता अंगणात पाऊल टाकण्याआधी तो अतिविनयानं म्हणाला, “नमस्कार! नमस्कार, देवा!”

“काय देरण्णा! देवाच्या दर्शनाला आलास?” गोपालय्यांनी विचारलं.

माझ्याशिवाय तिथे कुणीच परकं नसलेलं पाहून देरण्णाला आश्चर्य वाटलं. त्यानं हलक्या आवाजात विचारलं, “कुठे आहे तहसीलदार?”

बझ्यानं नजरेनं आणि मानेनं खुणावत माझ्याकडे त्याचं लक्ष वेधलं तेव्हा मात्र देरण्णा अवाक् झाला! त्यानंतर त्याचं बोलणं-वागणं इतकं अदबशीर झालं की काही विचारू नका!

गूळ-पोहे आणि शहाळ्याची तयारी झाली; गोपालय्यांचा निरोप घेऊन आम्ही निघालो. गोपालय्या देरण्णालाही म्हणाले, “देरण्णा, तूही जा त्यांच्याबरोबर. त्यांना कळकाचा साकव दाखवून या.”

तो उत्साहानं म्हणाला, “हो जातो. आता मी आहे ना! मग कुणी नाही आलं तरी चालेल.”

यावर काही उत्तर न देता गोपालय्या पुढे म्हणाले, “देरण्णा, मी छकडा सांगायला सुब्रह्मण्यला जातोय. शनिवारी गाडी येतेय. माझी चार पोती सुपारी आहे. तुझंही थोडं भात आहे ना? शिवाय त्याच गाडीनं तहसीलदारही जातील; पण गाडी निघायच्या वेळी तू ‘भात नाही’ म्हणू नकोस.”

“मी एकदा हो म्हटलं ना? आता नाही शब्द फिरवणार!”

आम्ही निघालो. म्हणजे बझ्या, नारायण आणि मी. शिवाय देरण्णा होताच. त्याची एकच धांदल उडाली होती. तहसीलदार गावात येऊन दोन दिवस झाले तरी ही बातमी लपवून ठेवली, याचं त्याला आश्चर्य वाटत होतं! कुठलं तरी गुप्त तपासणीचं काम असेल की काय असंही त्याला वाटत असावं!

निघतानाही त्यानं ‘मी आहे ना!’ असं म्हटलं असलं तरी तो काही रस्ता दाखवायला पुढे सरसावला नाही. तो आमच्या मागूनच येत होता. सगळ्यांच्या पुढे बझ्या रस्ता दाखवत होता. त्याच्या पाठोपाठ मी होतो. माझ्या मागे खालच्या आवाजात काहीतरी सांगत नारायण होता. त्याच्या मागे काहीही न बोलता खाली मान घालून देरण्णाची स्वारी होती!

मला वाटलं, गोपालय्यांनी गंमत म्हणून हे तहसीलदाराचं सोंग माझ्या गळ्यात अडकवलं असलं तरी नारायणही त्यामुळे फसला की काय?

आम्ही जेमतेम दीड-दोन मैल चाललो असू. एवढ्यात देरण्णा म्हणाला, “खूप दमला असाल देवा, शहाळं कापू का?”

“एवढ्यात? एवढ्यात दमायला काय झालं?” मी म्हटलं.

"तेही खरंच! सरकारी नोकर आपण! एवढं फिरणं तर कधीच अंगवळणी पडलं असेल तुमच्या!" तो म्हणाला.

अंगभर काटे टोचून घेत, कपडे काट्यांतून सोडवत, आम्ही एका निशब्द ठिकाणी येऊन पोहोचलो.

समोर नदीचा शांत डोह होता. दूर कुठूनतरी धबधब्याचा बारीकसा आवाज तेवढा ऐकू येत होता.

काही पावलं नदीच्या तीरावरनं जाऊन, मी कळकाच्या साकवाच्या मधोमध जाऊन उभा राहिलो.

खरं तर मी तिथे आलो होतो तो हाच कळकाचा साकव पाहायला! त्यावरच मी उभाही होतो; पण मला त्या साकवाचा विसर पडला होता.

माझं मन त्या नदीचं मोहक सौंदर्य टिपण्यात रंगून गेलं होतं.

नदीच्या दोन्ही काठांवरचे प्रचंड वृक्ष नदीत आपलं प्रतिबिंब पाहून हसत होते. वृक्षांच्या पानांआडून येणारे सूर्यकिरण त्या झाडांच्या खोडांना आगळीच चमक देत होते. प्रशांत पाण्याचं सौंदर्य पाहत असतानाच पाण्यात काहीतरी पडल्यासारखा आवाज ऐकू आला.

क्षणभर मला वाटलं, आमच्यापैकीच कुणीतरी नदीत पडलं! मी पाहिलं तर चौघेही तिथंच होतो. पुन्हा पाण्यात पाहिलं, तर ती मगर होती. पुन्हा एकदा ओझरतं दर्शन देऊन ती दिसेनाशी झाली.

"इथं गुरं पाणी प्यायला आली तर?" मी माझी भीती बोलून दाखवली.

"ती भीती आहेच! वर्षाकाठी चार-सहा जनावरं अशीच जातात! या गावी जनावरं पाळायची म्हणजे महाकठीण काम आहे! पाणी प्यायला गेली की, मगर पकडते, चारा खायला रानात गेली की वाघ खातो! कितीतरी वेळा वासरं लांडग्या-कोल्ह्यांच्या तोंडीही जातात. शिवाय कड्यावरून पाय घसरून दरीत कोसळून मरतात ती वेगळीच!" नारायण म्हणाला.

त्या शांत वातावरणात धबधब्याचा आवाज मला साद घालत होता. मी विचारलं, "धबधब्यापाशी जाता येतं?"

"रस्ता आहे की नाही, कोण जाणे!" नारायण म्हणाला.

"हातात कोयता असेल तर रस्ता आहेच!" बट्ट्या म्हणाला, "आम्ही ससे धरायला येतो इथं काही वेळेला. तो धबधबा काही इथून लांब नाही. नदीच्या काठाकाठानंही जाता येतं."

"चला तर मग! –" म्हणत मी पुढे निघालो. तेही चालू लागले. साकवावरून माघारी येऊन, फांद्या छाटत, रस्ता करत सुमारे शंभर फूट पुढे गेलो. एक उभा कातळ भिंतीसारखा समोर आडवा आला. त्या खड्या कातळावरून चार धारांनी

पाणी कोसळत होतं. तिथून उडणाऱ्या तुषारांमुळे पलीकडचं काही दिसत नव्हतं!

काही वेळापूर्वीची डोहाची शांत नीरवता आणि आता टणक कातळावरून झेपावणाऱ्या या प्रमत्त पाण्याची मस्ती... माझं मन तर वेडावलं होतं नुसतं! त्याच तंद्रीमध्ये मी पुढे गेलो आणि पाणी पडत होतं तिथं, जवळच्याच एका शिळेवर जाऊन बसलो.

शहाळं फोडल्याचं पाणी चेहऱ्यावर उडालं तेव्हाच मी भानावर आलो.

"छे! तोंडावर पाणी आलं वाटतं!" नारायण दिलगिरीच्या सुरात म्हणाला.

मी कितीतरी वेळ तिथल्या वातावरणात रंगून गेलो होतो. दरम्यान, इतरांनी खाण्या-पिण्याची तयारी केली होती. नारायणनं गूळ-पोहे, केळी आणि शहाळं माझ्या पुढ्यात आणून ठेवलं. एकीकडे पोहे खात खात मी नदीकडं बघतच होतो. मन आणि दृष्टी नदीचं सौंदर्य पाहण्यात इतकी मग्न झाली होती की पोह्यांच्या चवीकडे माझं लक्षच नव्हतं!

"आता लवकर निघालो नाही तर उन्हाचा त्रास होईल," असं नारायणनं सांगताच तसा मी तिथून अनिच्छेनेच उठलो.

आता आम्ही वेगळाच रस्ता धरला होता. जाताना रस्ताभर गप्प असलेला देरण्णा आता मात्र बराच मोकळा झाला होता. त्याच्या गप्पा मला तहसीलदार समजूनच चालल्या होत्या!

मध्येच तो म्हणाला, "देवा, आपल्या हाफिसात माझा अर्ज आला असेल!"

"कोण देव? कुणाचं ऑफिस? कसला अर्ज?" मी गडबडून विचारलं; पण या तहसीलदाराच्या सोंगामुळे देरण्णाचा स्वभावही समजेल, या विचारानं मी सावध झालो. सुदैवानं त्याला माझं बोलणंही ऐकू गेलं नसावं. आपल्याच विचारांच्या तंद्रीत त्यानं पुन्हा विचारलं, "मी शानभोगांच्या बरोबर पाठवलेला अर्ज नाही मिळाला?"

"हं!" मी मोघम म्हटलं.

"माझ्या जमिनीच्या तुकड्याविषयीचा अर्ज आहे तो. मी काही या वर्षी त्याला कुंपण घातलं नाही! कितीतरी वर्षांपूर्वीपासून आहे ते! पण आता शानभोग काहीतरी खुसपट काढताहेत! मागचा शेतसाराही मागताहेत. या जमिनीसाठी किती कष्टलोय मी! तरीही फारसं काही पिकत नाही. आता असल्या जमिनीचा गेल्या वर्षातला साराही मागितला तर कुठून देणार मी?"

"असं असेल तर सोडून द्यायची ती जमीन! ज्या जमिनीचा काडीचाही उपयोग नाही त्या जमिनीवर पुन्हा कुंपणासाठी कशाला खर्च करायचा?" मी मुद्दाम म्हटलं.

"आता तुमच्यापासून काय लपवायचं देवा! कुंपण घातलं तर जमीन माझी होईल या आशेपोटी मी कुंपण घातलंय खरं!" देरण्णा आता स्पष्टच बोलू लागला, "पण समजा, कुणी चार साहेबलोक आले आणि त्यांनी शानभोगांना हाताशी धरून,

भोवताली खंदक खणून चार झाडं रोवली, तर माझ्या मुलांच्या वाटची ही वीतभर जमीनही जायची!''

''हं! भवितव्याचा विचार!'' मी उपरोधानं म्हटलं.

''तसं नव्हे, तुम्हीच सांगा. आमच्या गावची जागा दुसऱ्या गावातल्या लोकांना सरकारनं लागवडीसाठी का द्यावी? त्यांच्या गावी जाऊन आम्ही लागवडीसाठी जमीन मागतो का?''

मी काहीच बोलत नाही हे पाहून तो थोडा गोंधळला होता. मला त्याच्या जमिनीच्या तुकड्याचा कसला गोंधळ तेच ठाऊक नव्हतं, तर मी काय बोलणार? आणि ठाऊक असतं तरी त्याचा काय फायदा?

तरीही तहसीलदाराच्या सोंगाला फारसा तडा जाऊ नये म्हणून मी म्हटलं, ''तू कलेक्टरच्या नावे एक अर्ज कर!''

''देवा, आपल्यासमोर त्या कलेक्टरची काय मातब्बरी हो? आपण फक्त एक लाल शाईची रेघोटी ओढली तरी ती जमीन या गरिबाला मिळालीच म्हणा ना!'' त्यानं पुन्हा एकदा विनवलं.

त्याच संदर्भात गोपालय्यांच्या काटुमूलेचा विषय निघाला. देरण्णानंच सांगितलं, ''त्या काळी झालं म्हणूनच गोपालय्यांचं काम झालं. आजच्या दिवसांत मुळीच झालं नसतं! घरानजीकची चांगली जमीन आपलीशी करता येईल म्हणून गोपालय्यांनी तिथं भोवताली कुंपण घातलं. पाण्यासारखा पैसा ओतला. त्यांचं काम झालं. अहो, कोचमनसाहेबांचं रामराज्य ते! त्या वेळी शानभोगही काही बोलले नाहीत. त्याचं असं आहे, शानभोग शक्यतो गावात नसतातच! त्यांचं घर आहे पुत्तूरला. तिथंच त्यांचा मुक्काम असतो. फक्त पैशाच्या वसुलीला मात्र येतात अधनंमधनं! आता तुमच्यासारखे कुणी आले की येतील ते! आले की गोपालय्यांच्याच घरात राहतात. त्या वेळी आमच्या गोपालय्यांनी त्यांना रीतसर कागदपत्रं करायला सांगितलं होतं; पण शानभोग म्हणाले, 'तिथे जवळपास कुणाची जमीन नाही. तुम्ही कसायला लागा. कागदपत्रं काय निवांतपणे करू.'

''पण नव्यानं आलेल्या एका अधिकाऱ्याचं तिकडे लक्ष गेलं. शानभोगांना अस्सा दम भरला की काही विचारू नका!

''त्या जमिनीकडे रेव्हेन्यू खात्याचं लक्ष गेलंय हे समजताच, जंगल खातंही सावध झालं. तिथल्या अधिकाऱ्यांनी ती जमीन आपल्या खात्यासाठी मागण्यास सुरुवात केली.

''त्याच वर्षी गोपालय्यांना मुलगा झाला; पण या काळजीमुळे त्या आनंदावर विरजण पडलं बघा. शानभोगांनी आधी कागदपत्रं केली नाहीत, म्हणून गोपालय्याही वैतागले.

''पण एक मात्र खरं! शानभोग खाल्लेल्या अन्नाला जागले. त्यांनी विचार करून एक निर्णय घेतला. ते रजेवर गेले. त्या अधिकाऱ्याची बदली होईपर्यंत ते

कामावर हजरच झाले नाहीत. त्यांनी गोपालय्यांना कोचमनसाहेबांसमोर जाऊन अर्ज देण्याचा सल्ला दिला.

"त्या वर्षीच्या कुळकुंदच्या जनावरांच्या जत्रेच्या वेळी कोचमनसाहेब आले होते. त्या वेळी गोपालय्या त्यांना भेटले आणि अर्जही दिला. साहेबांच्या मागच्या बाजूला अधिकारी होते, पाटील होते, तहसीलदारही होते! गोपालय्यांचं धैर्य पाहून साहेब खूश झाले. त्यांनी स्वत: गोपालय्यांची चौकशी केली.

"दुपारी सगळी पलटण गोपालय्यांच्या घरी आली. गोपालय्यांनी साहेबांना शहाळी दिली. साहेब 'नो, नो' म्हणाले. त्यांना काटुमूले पाहायची इच्छा होती. ते साहेब गोपालय्यांच्या पाठोपाठ डोंगर चढून गेले! ती जागा आणि तिथलं काम बघून त्यांना खूप आनंद झाला! त्यांनी लगेच अधिकाऱ्यांना हुकूम दिला, 'या जागेचं मोजमाप करा. ती जागा गोपालय्यांच्या नावे करा आणि त्यांचा दहा वर्षांचा शेतसारा माफ करा!'

"कोचमनसाहेबांच्या हुकमापुढे कुणाचं काही चालत नाही बघा!"

आता कुठं मला देरण्णाच्या बोलण्याचा अर्थ समजला. जसा गोपालय्यांचा शेतसारा माफ झाला, तसा आपलाही व्हावा अशी त्याची अपेक्षा होती.

माझी मात्र भलतीच पंचाईत झाली होती. हसण्याचीही चोरी झाली होती. गोपालय्यांनी ही फुकटची तहसीलदारकी का बहाल केली कोण जाणे, असं वाटू लागलं मला.

आम्ही काटुमूलेला पोहोचलो तेव्हा सूर्य डोक्यावर आला होता. रस्ताभर देरण्णाचं पाल्हाळ ऐकून नारायण मनसोक्त हसत होता.

एरवी जेवणासाठी एका पायावर तयार असलेला देरण्णा आज मात्र आमची अनुज्ञा घेऊन माघारी वळला!

आतापर्यंत मुकाट असलेल्या बक्क्यानं मी अंगणात उतरताच मला सांगितलं, "केव्हाही हाक मारा, मी इथंच आहे."

आणि तो निघून गेला.

घरी आल्यावर निवांतपणे माझी अंघोळ झाली. अंघोळ होताच मी स्वयंपाकघरात आलो. सावित्री आणि सुब्बराय आजोळी – गोपालय्यांच्या घरी राहिल्यामुळे जेवायला मी आणि नारायण दोघेच होतो.

जेवताना घासागणिक भरपूर आग्रह झाला. जेवणात विविध प्रकारचे पदार्थ होते. जास्तीतजास्त जेवढं शक्य होतं तेवढं त्यांनी केलं होतं. श्वासोच्छ्वासाचासुद्धा त्रास व्हावा इतकं जेवण झालं!

माझ्या एका जेवणासाठी त्या घराच्या मालकिणीनं किती कष्ट घेतले होते कोण जाणे!

ती अंदाजे तीस वर्षांची असावी. तिची प्रकृती थोडी नाजूक असावी असं वाटत

होतं. इतक्या नाजूक देहानं घरची सगळी कामं करून, माझ्यासाठी इतके कष्ट घेतलेले पाहून मला तिची दया आली; पण तिचा चेहरा मात्र उत्साहानं भरलेला दिसत होता. जंगलाच्या एका कोपऱ्यात राहणाऱ्या या माणसांना मानवाची चाहूल किती कौतुकाची वाटत होती!

जेवण झालं. नारायणनं माझ्यासाठी एक चटई अंथरली. त्यावर कांबळं आणि एक सतरंजी अंथरली; उशीही ठेवली आणि तो मला म्हणाला, "खूप दमला असाल! थोडी विश्रांती घ्या."

मलाही तेच हवं होतं. पान-सुपारी खाता खाताच मी पेंगुळलो होतो.

मला जाग आली तेव्हा दिवस मावळायला एक प्रहर राहिला असावा. डोळे चोळत, जांभई देत, शरीराला आळोखे-पिळोखे देत अंथरुणावर उठून बसलो. नारायणला हाक मारली, "नारायणय्या!"

आतून त्याची पत्नी बाहेर आली.

"ते नुकतेच मळ्याकडे गेलेत, काहीतरी काम होतं म्हणून; बोलवायचं का?" तिनं विचारलं.

"माझं काही काम नाही. सहज विचारलं मी."

"कॉफी आणू?"

"अजून पोटातलं जेवणच पचलं नाही. इतक्यात कशाला कॉफी?"

मी उठून उभा राहायच्या आत तोंड धुवायला पाणी आलं. तोंड धुवून येण्याआधी ताटभर खाद्यपदार्थ आणि कॉफी हजर!"

"इतकं सगळं कशाला? कोण खाणार?" मी म्हटलं.

ती तिथल्या एका खांबाला रेलून उभी राहिली.

"तुम्ही काही रोज येणार नाही आमच्या घरी! मामंजीच्या घरी आलात म्हणून इथं आलात! आपल्यासारख्यांचा आदरसत्कार करण्याची आमची योग्यता तरी कुठं आहे?"

कदाचित नारायणनं तिचाही मी तहसीलदार असल्याचा ग्रह करून दिला असावा, असं मला वाटू लागलं; पण तसंही नसावं. माझ्या जागी एखादा खांब असता तरी त्या माउलीनं असाच आदरसत्कार केला असता!

माझ्यासारख्या अपरिचिताशी काय बोलावं, कसं बोलावं असा संकोच न करता तिनं आग्रह केला, "हे नाहीत म्हणून खाणं बाजूला सारू नका!"

आता माझ्या स्वभावातला भिडस्तपणा जागा झाला. मी म्हटलं, "पोटात जागा असेल तर खाणार ना! – मुलं आजोबांच्या घरीच राहिली वाटतं!"

"होय, आमच्या सासुबाईंचा दोन्ही मुलांवर भारी जीव आहे! मुलांचं अंग थोडं कोमट झालं तरी त्या घाबरून इथं धावून येतात मुलांना पाहायला! त्यांना बरं वाटून

ती हिंडू-फिरू लागेपर्यंत त्या त्यांच्या अंथरुणाजवळून उठतच नाहीत! मी तरी माझ्या मुलांवर इतकी माया करते की नाही कोण जाणे! माझं सुदैव म्हणूनच त्यांच्यासारखे मामंजी आणि सासुबाई भेटलेत मला!''

बोलता बोलता तिच्या मनात कोणते विचार आले कोण जाणे! तिच्या डोळ्यांत पाणी तरारलं. आठवणीच्याही आधी बायकांच्या डोळ्यांत पाणी येतं असं वाटण्यासारखं! नंतरच्या तिच्या बोलण्यातून त्याचा खुलासाही झाला.

''– देवानं त्यांची मुलं हिरावून घेतली त्यांच्यापासून. म्हणून आमच्या मुलांवर इतकं प्रेम करतात. त्यांनी स्वत:च्या मुलांविषयी तुम्हाला सांगितलं?''

''– म्हणजे तसं थोडं फार सांगितलं होतं मुलांविषयी!'' मी म्हटलं.

ती पुढे म्हणाली, ''मुलांवर त्यांचा फारच जीव! त्यातही मुलीवर अधिक माया! वाग्देवी तिचं नाव. ती पहिल्या बाळंतपणासाठी आली होती, ती आपल्या घरी परतलीच नाही. त्या वेळी मी नुकतीच लग्न होऊन इथं आले होते. ती गेली त्या वेळी मीही तिथं गेले होते. माझी आणि वाग्देवीची थोडीफार ओळख होती. त्या दिवशी सासुबाईंनी मला मिठीत घेऊन हंबरडा फोडला तो आजही आठवतो मला! त्या किंवा आमचे मामंजी – ही सामान्य माणसं नव्हेत! देवाचे अवतारच ते. 'ह्यां'च्यासाठी मुलगी शोधत गोपालमामंजी गावोगाव भटकले. आमच्या घरीही आले होते. घरातून निघताना 'ह्यां'ना म्हणाले होते म्हणे, 'माझ्यासारखा स्वत:च्या लग्नासाठी तूच फिरू नकोस. तुला ते जमणारही नाही.'

''गोपालमामंजी आमच्या घरी आले होते म्हटलं ना मी! ते आले. माझ्या वडिलांबरोबर बोलणी केली. लग्न ठरवलं. लग्नाचा सारा थाट त्यांनीच केला. दागिने, कपडे, जेवणावळी – सगळा खर्च त्यांनीच केला आणि मला इथं आणली. त्यांनी हे केलं नसतं तर मी कुठे गेले असते कोण जाणे!

''ते आमच्या घरचे प्रत्यक्ष देवच आहेत. वेगळ्या देवाची पूजा करायची आवश्यकताच नाही. कधीकधी मला आश्चर्य वाटतं, असले सोन्यासारखे आई-वडील! त्यांच्या पोटच्या मुलालाच का नकोसे झाले? अशा आई-वडिलांच्या पोटी कसला मुलगा जन्मला! सिंहाच्या पोटी कोल्हाच –''

सासू-सासऱ्यांचं गुणगान करता करता ती काहीतरी बोलून गेली होती. ते ऐकून मी मात्र चकित झालो होतो! गोपालय्यांच्या बोलण्यातील एक अबोध धागा इथं अस्पष्टपणे दिसल्यासारखा मला वाटला.

ती पुढे म्हणाली, ''तो का निघून गेला कोण जाणे! शिक्षणामुळे की वाईट संगतीमुळे? काही समजत नाही. या रानातल्या एका कोपऱ्यात राहून सासुबाई आणि मामंजी त्याचा इतका जप करतात! पण त्याला मात्र या गावी करमलं नसावं. एकदा का शहराची चव समजली की, असं होतं म्हणतात 'हे'! पण मला नाही ते

पटत. इथं येईपर्यंत मलाही तसंच वाटत होतं; पण आता मी नाही का इथं सुखानं राहत? याच गावी जन्मलेल्यांना या गावाचा कंटाळा यावा हे आश्चर्यच नाही का? त्यातही असे आई-वडील असताना! माझ्या पहिल्या बाळंतपणाच्या वेळी हे मला माहेरी पाठवत होते; पण मामंजी आणि सासुबाईंनी निक्षून सांगितलं, 'आता हेच तुझं माहेर' आणि आपल्या घरी माझ्यासारखीला मोठ्या कौतुकानं ठेवून घेऊन बाळंतपण केलं त्यांनी! असे आई-वडील मुलालाच पारखे झाले आहेत बघा!

"त्याला इथं खेचून आणेल असं काहीच नाही की काय कोण जाणे! शहरात कितीतरी मित्र असतात, कितीतरी इतर गोष्टी असतात; म्हणूनच त्याला आई-वडील, गाव, जमीन सगळंच नकोसं झालंय असं हे म्हणतात."

"तो कसा आहे दिसायला? म्हणजे तुम्ही त्याला किती वर्षांपूर्वी पाहिलंत?"

"तो? मामंजीसारखी सडसडीत अंगकाठी, गोरा रंग, फारच चुणचुणीत. मी त्याला शेवटचा पाहिला त्यालाही दहा वर्षं झाली असतील बहुतेक."

"त्याचा स्वभाव कसा होता? त्या वेळी तो इथंही येतच असेल ना? तुमच्याशी कसा वागायचा तो? तुमच्या मामंजींनी तुमच्यासाठी एवढं केलं, हे त्याला आवडत नव्हतं का?" मी विचारलं.

"पूर्वी तो खूप वेळा इथं यायचा. सुरुवातीला त्याला आमच्याविषयी खूप आस्था होती. माझ्याशी अर्धा-अर्धा तास गप्पाही मारायचा. मला त्याच्याविषयी खूप आदर वाटे. नंतर मात्र त्याच्या सलगीचं स्वरूप बदललं. का कोण जाणे, मला त्याची भीती वाटू लागली. मी त्याच्याशी मोकळेपणाने गप्पा मारायचं सोडून दिलं. त्यानंही माझ्याशी बोलणं सोडून दिलं –"

"पण असं का झालं?"

ती काहीच बोलली नाही. मलाही पुन्हा विचारणं योग्य वाटलं नाही. मी म्हटलं, "म्हणजे एकंदरीत त्याला गावी न येऊन बरीच वर्षं झाली म्हणायची! बिचाऱ्या शंकरम्मांना केवढी मोठी व्यथा ही! मलाही त्या सांगत होत्या, 'तुम्हाला तो भेटला की त्याला सांगा, त्याचे आई-वडील त्याच्यासाठी तळमळताहेत म्हणून!' मरणाच्या आधी एकदा तरी मुलाला भेटावं अशी त्यांची इच्छा आहे असं दिसतं; पण मला त्यांच्या मुलाची काहीच माहिती नाही. मी तरी त्याला कसा शोधणार? तसा मी बरीच गावं भटकत असतो. मंगळूरलाही बऱ्याच वेळा जात असतो; पण शंभू भट्ट किंवा शंभय्या अशा नावाची व्यक्ती पाहिल्याचं आठवत नाही. त्या माता-पित्यांचं दु:ख पाहिलं की वाटतं, काहीही करून त्यांच्या मुलाशी त्यांची भेट घडवून आणावी! रस्ता चुकून मी त्यांच्या घरी गेलो तर त्यांनी माझ्यासाठी किती केलं! किती आदर-सत्कार केला माझा! त्यांचं दु:ख पाहिलं की माझाही जीव गलबलतो."

"कुणालाही वाईट वाटेल! पण दहा वर्षांहूनही जास्त काळ लोटलाय. शिवाय

ऐन तारुण्यात तो इथनं गेलाय; त्यामुळे मला तरी वाटतं, तो इथं येणारच नाही! कसल्या मोहाला बळी पडून, कुठल्या संसारात गुंतून राहिलाय कोण जाणे! तो इथून गेला तेव्हा त्याचं वय तसंच होतं! तसंच काहीतरी झालं असेल तर तो कशाला गावी परततोय? असंच काहीतरी घडलं असल्याशिवाय तो आई-वडिलांना विसरणं शक्य नाही!''

मी या नव्यानं ऐकलेल्या बोलण्याचा विचार करू लागलो. त्यातच मला आदल्या दिवशी गोपालय्यांनी उल्लेख केलेल्या 'वाघिणी'ची आठवण झाली. गोपालय्यांच्या परिपक्व मनातही हीच शक्यता नव्हे, खात्री डोकावली असेल का?

मी म्हटलं, ''गोपालय्याही काल बोलताना म्हणाले, त्याला एखाद्या वाघिणीनं धरलं असावं. तुम्हीही आता तेच म्हणताहात; तसं असेलही! पण असंच असलं पाहिजे असंही नाही! अशा विषयावर बोलताना तरी सत्य माहीत असल्याशिवाय बोलणं योग्य नव्हे, असं मला वाटतं. तो कुठेतरी लांब राहतो. अशावेळी त्याच्यावर असा दोषारोप करणं योग्य नव्हे!''

ती स्तब्ध झाली... तिचा चेहरा पडला. मी तिच्यावर मिथ्यारोप करत असल्यासारखं तिला वाटलं असावं. काही क्षण स्तब्धतेत गेल्यावर न राहवून ती म्हणाली, ''तसा अन्याय मी निदान आमच्याच माणसांवर करणार नाही. तुम्ही माझ्याविषयी गैरसमज करून घेतला आहे, असं मला वाटतं. कसलाही विचार न करता मी हे बोलले, असं समजू नका. मामंजींविषयी मनात आदर भरला असूनही, त्याच्या गुणाचा प्रत्यक्ष अनुभव आल्यामुळे मी तसं बोलले, नुसत्या गप्पा मारण्यासाठी नव्हे!...

''त्याच्याशी मी मनमोकळी वागत होते, ते बंद व्हायला त्याचंच वागणं कारणीभूत झालं. मोठा भाऊ समजून मी त्याच्याशी मोकळेपणानं वागत होते; पण एके दिवशी त्यानं माझ्या पाठीवर हात ठेवला... 'कारण' मलाही समजलं! माझ्या जिवाचा नुसता संताप संताप झाला. त्याचा हात मी झिडकारला; तेव्हापासून तो इथं येईनासा झाला. माझ्याशी तर त्यानं बोलणंच टाकलं. त्यानंतर तो जो गावी गेला, तो इथं आलाच नाही!

''त्याच्या वयाच्या पंधरा-सोळाव्या वर्षीची ही हकिकत आहे! म्हणून म्हटलं मी... काहीतरी विषय निघाला म्हणून वेड्यासारखी बडबडले. उगीच बोलले मी! काही का असेना; आता आणखी कुणालाच हे समजायला नको!''

आता तिचा चेहरा पश्चात्तापदग्ध दिसत होता. आपण उगीच हे बोललो, असं तिला वाटत असावं. ते साहजिकच होतं. किती झालं तरी, मी एक अपरिचित व्यक्ती! उद्वेगानं काहीतरी बोलून गेल्यावर असा पश्चात्ताप होणं स्वाभाविक होतं.

पण माझं मन मात्र त्या शंभूच्या विचारातच गर्क होतं; त्यामुळे न राहवून मी विचारलं, ''या घटनेनंतर किती वर्षांनी त्यानं घरी यायचं सोडून दिलं?''

''या घटनेनंतर अधूनमधून तो घरी येत होता. त्यांच्या घरी मी बाळंतीण होते

त्या वेळी तो एकदा तिथं आला होता. त्या वेळी त्याला काय वाटलं, कोण जाणे! मी मामंजींना सांगेन असं वाटलं असेल कदाचित! त्यानंतर आम्हा दोघांना पाहिलं की, त्याच्या जिवाचा नुसता संताप होत होता.''

''कशावरून?''

''मामंजी व सासुबाईंनी माझं बाळंतपण केलं, म्हणून तो सासुबाईंशी कडाडून भांडला होता.''

''पण शंकरम्मा बोलल्या नाहीत ते? त्या तर नेहमी आपल्या मुलाच्या सद्‌गुणाचंच कौतुक करत असतात! त्यांची मुलगी गेली त्या वेळी त्यानं कसं आई-वडिलांचं समाधान केलं ते सांगत असतात त्या!'' मी आक्षेप घेण्याच्या आवेशात म्हणालो.

''आमच्या सासुबाई... त्या तर प्रत्यक्ष देवताच आहेत. असल्या गोष्टी त्या कशा लक्षात ठेवतील? शिवाय पोटचा मुलगा तो. एकदाच काय, दहादा त्यानं काही म्हटलं तरी पोटात ठेवतील त्या! किती झालं तरी आईचं आतडं –''

त्यानंतरही आमच्या गप्पा झाल्या असत्या; पण नेमका त्याच वेळी पोफळीच्या बागेतून नारायण परतला. ती गप्प बसली. मीही गप्प बसलो. ती घरात गेली. काहीतरी बोलून गेल्याबद्दल तिनं स्वतःला अनेक वेळा मनातल्या मनात दूषणं दिली असावीत!

माझ्यासारख्या बडबड्याला या सगळ्याचा काय फायदा, कोण जाणे! पण शंभूच्या स्वभावाचा एक पैलू उलगडल्यासारखा वाटला! अखेर माझ्या हातात काय होतं? गोपालय्या आणि शंकरम्मांच्या ममतेचं लेणं तर मी त्यांना आणून देऊ शकत नव्हतो! माझं मन खंतावल्यासारखं झालं होतं.

नारायणनं खांद्यावरची पोफळीची टोपली जमिनीवर ठेवत म्हटलं, ''हं! अगं ए! यांना कॉफी दिलीस की नाही? नाही तर मी आलो नाही म्हणून तशीच बसली असशील!''

''भरपूर कॉफी घेतली.'' मी म्हटलं, ''तुम्ही येऊद्या म्हणून; पण तुम्हाला किती वेळ लागेल कोण जाणे म्हणत त्यांनी कॉफी दिली. आधीच खिरीचं जेवण जेवून माझी पुरेवाट झाली होती. त्यानंतर एवढी कॉफी! आता मात्र श्वास घेणंही कठीण झालंय!''

विषय बदलत नारायणनं विचारलं, ''माझा अतिशहाणपणा समजू नका; पण तुम्हाला एक विचारू?''

''काय?''

''तुम्ही तहसीलदार होऊन किती वर्षं झाली?''

नारायणसमोर नाटक करायची माझी मुळीच इच्छा नव्हती; त्यामुळे मी उत्तरलो, ''एक अख्खा दिवसही नाही. तुमच्या मामांनी, गोपालय्यांनी मला ही तहसीलदारकी बहाल केली!''

नारायणला अखेर एक सत्य उलगडलं! तो पोट धरधरून हसू लागला!

मीही त्याच्या हसण्यात माझं हसणं मिसळलं.

सहा

त्या दिवशी सकाळी केळबैलूहून निघालेले गोपालय्या काटुमूलेला पोहोचले तेव्हा संध्याकाळ होत आली होती.

आल्या आल्या त्यांनी मला विचारलं, "काय म्हणता? एकट्याला राहावं लागलं म्हणून कंटाळा नाही ना आला? घरी आलेल्या पाहुण्यांना असं एकटं सोडणं बरोबर नाही."

मी म्हटलं, "का बरं? तुम्ही नसला म्हणून काय झालं? तुमचे व्हॉइसरॉय इथं नाहीत का!" आणि त्यापाठोपाठ हसत म्हटलं, "गोपालय्या, आणखी एक काम करायचंय. तुम्ही बहाल केलेल्या तहसीलदारकीचा राजीनामा द्यायचाय, एकदम अर्जंट... अहो, इतरांबरोबरच तुमचे नारायणय्याही मला तहसीलदार समजायला लागलेत!"

"नारायण एवढा बावळट आहे की काय?" गोपालय्या हसत म्हणाले, "बड्ड्यालाही समजली ती चेष्टा आणि या नारायणला समजली नाही?"

"नाही हं मामा; मी काही एवढा बावळट नाही. मला संशय आला म्हणूनच मी त्यांना विचारलं. देरण्णा मात्र यांना तहसीलदार समजूनच घरी परतलाय!"

"हं, मग त्यानं आपला दरखास्त अर्ज तुमच्यासमोर मांडला असेलच!" त्यांनी मला विचारलं.

"हो तर! काटुमूलेची सगळी हकिकत सांगितली. कोचमनसाहेबांची सगळी हकिकत सांगून आपलाही शेतसारा माफ करावा अशी प्रार्थनाही केलीय."

"आमच्या देरण्णाचा स्वभावच तसा आहे. कुणी काही केलं की, आपणही तसंच करायचा त्याचा अट्टाहास असतो. माझ्या काटुमूलेसारखा मळा तयार करतो म्हणत चार दिवस नाचला. थोडेफार कष्टही घेतले. चार दाणेही पेरले; पण तिथं पाणीच नसल्याचं समजलं तेव्हा सगळं सोडून दिलं. ती जमीनही काही फार उत्तम

नव्हती. गवतासाठी योग्य होती एवढंच!''

मला त्या सगळ्या प्रकारात दरखास्त, अर्ज वगैरे सरकारी मामले फारसे समजले नाहीत तरी, देरण्णाचा स्वभाव मात्र समजला होता! मला तहसीलदार समजल्यानंतर कोचमनसाहेबांची हकिकत माझ्या कानावर घालण्यातला त्याचा बेरकीपणा समजला होता! जर मी खराखुरा तहसीलदार असतो तर मी निश्चितच त्याच्यावर उपकार केले असते. कोचमनसाहेबांएवढाच मनाचा मोठेपणा दाखवण्याची संधी मी बरी जाऊ देईन!

गोपालय्या म्हणाले, ''बाळ, यांना घेऊन जातो मी.''

आतून नारायणची पत्नी बाहेर आली आणि म्हणाली, ''निघता? आमच्यासारख्या गरिबांच्या घरी आलात, फार बरं वाटलं; पुन्हा कधी इथं याल कोण जाणे!''

''ते काही एवढ्यात गावी जाणार नाहीत. शनिवारी गाडी जाणार आहे पुत्तूरला. त्या वेळी ते जातील.'' गोपालय्या म्हणाले.

''मग आणखी एकदा यायला हवं आमच्या इथे.'' नारायणनं आग्रह केला.

''बरं! पाहतो जमलं तर.'' मी म्हटलं.

''या गावात फिरायला आणखी जागाच कुठाय? त्या घरी किंवा या घरी. तसं कडमकल्लीला जाऊन येता येतं. तिथला रबराचा मळा पाहायचा असेल तर भल्या पहाटे निघावं लागतं आणि रात्र होण्याआधी परतावं लागतं. रानगवत जळून गेलं असतं तर कुमारपर्वतावर चढता आलं असतं. मलाही एकदा कुमारपर्वतावर जायचंय. गेल्या वर्षी कुणीतरी पार टोकापर्यंत जाऊन आलं म्हणे. तिथे एक मंडप आहे आणि त्याच्या शिखरावर कुमारलिंग आहे असं म्हणतात.''

''या वयात तुम्ही इतक्या उंचावर चढणार? जमेल का?''

''न जमायला काय झालं? दोन टप्प्यांत चढायचं. वर भरपूर पाणी आहे असं म्हणतात. पूर्वी तिथे मलेकुडिय लोकांची वस्ती होती. आजही काहीजण तिथे राहतात म्हणे. आपण आपलं उगीच गंमत म्हणून जाऊन यायचं.''

''का? तिथंही काटुमूलेसारखी जागा मिळाली तर कसायचा विचार आहे वाटतं?'' मी थट्टेनं म्हणालो.

''चांगली जमीन मिळाली आणि यांच्या मनात आलं तर मामा आजही काही करून दाखवतील!'' नारायण म्हणाला.

''या वयातसुद्धा?'' मी विचारलं.

''मामा, तुम्ही आपल्या नदीला बांध घालून बाणबेट्टला लागवड केलीत ती कधी? पाच की सहा वर्षांपूर्वी?''

''पाच वर्षांपूर्वी; पण ते कुठं एवढं मोठं काम आहे?''

''म्हणजे? ते काय लहान-सहान काम होतं? अहो, ही समोरची नदी आहे ना,

तिच्याच काठावर, मैलभर खालच्या बाजूला एक पठार आहे. पाच वर्षांपूर्वी मामांनी नदीला बांध घालून तिथे लागवड केली; पण रानरेडे आणि इतर प्राण्यांनी इतका त्रास दिला की, तिथली शेती बहरू शकली नाही. इथे काही साधं कुंपण उपयोगाचं नाही. प्रत्येक वर्षी हे कुंपणाचं काम कुणी करत बसायचं? अखेर हा विचार त्यांना सोडावा लागला. उद्या दाखवीन ती जागा तुम्हाला! असे आहेत आमचे मामा! उद्या कुमारपर्वतावरही एक पोफळीची बाग उभी करतील!''

''म्हणजे तुम्ही तर मला आकाशाला हात लावणारा माणूस ठरवून टाकलंत!'' गोपालय्या म्हणाले.

''आभाळाला स्पर्श करण्याची धडाडी असल्याशिवाय अशी कामं होत नाहीत!'' मी म्हटलं.

गप्पा मारत मारत आम्ही तिथून निघालो. नारायणही आमच्याबरोबर आला. गोपालय्या पुढे चालत होते. त्यांनी प्रथम डोंगर चढण्यास प्रारंभ केला. लगेच थांबले आणि म्हणाले, ''पाहुण्यांना का दमवायचं? चला, आपण मैदानावरच्या सोप्या वाटेनं जाऊ.''

मी आणि नारायण बोलत बोलत त्यांच्या पाठोपाठ जात होतो. थोडं अंतर बरोबर येऊन माघारी वळताना नारायण म्हणाला, ''उद्या येईन मी. आज रात्रीच आलो असतो; पण पोफळं सोलायची आहेत.''

''बरं, तुम्ही आता माघारी जा.'' मी म्हटलं.

तरीही तो माघारी वळला नाही. मी विचारलं, ''काय? काही काम होतं का?''

''काही नाही! – उद्या सांगेन. थोडं बोलायचं होतं तुमच्याशी!''

गोपालय्या तिथे असल्यामुळे तो संकोचला असावा, हे जाणून मीही त्याला अधिक काही विचारलं नाही.

तो माघारी वळला. मीही गोपालय्यांच्या पाठोपाठ निघालो.

गोपालय्या गप्पा मारत पुढे चालले होते. देरण्णानं सांगितलेली कोचमनसाहेबांची हकिकत ते अधिक विस्तारानं सांगत होते. मी अधूनमधून हुंकार देत होतो; पण माझं मन विचारात गुंतलं होतं. काय बोलायचं असेल बरं नारायणला माझ्याशी?

तशी त्याची नि माझी ओळख फक्त दोन दिवसांची. शिवाय आयुष्यात पुन्हा कधी भेटायची शक्यता नसताना, त्याला माझ्याशी काय बोलायचं असेल बरं? त्याच्या पत्नीनं शंभूविषयी मला जे सांगितलं, ते तर त्याला समजलं नसेल? छे! अशक्य! एवढ्यातच त्याला ते समजणं शक्य नव्हतं. कारण पोफळीच्या बागेतून आल्यापासून नारायण क्षणभरही माझ्या नजरेआड झाला नव्हता. शिवाय त्या संपूर्ण वेळात त्याची पत्नी आतल्या घरातच होती.

मग काय बोलायचं असेल त्याला?

या विचारात असतानाच मला त्याच्या पत्नीची आणि तिच्या बोलण्याची आठवण झाली. तिच्या चेहऱ्यावरचे विविध भाव आठवले. बिचारी! माझ्याजवळ मन मोकळं केल्यानंतर तिनं स्वतःला किती दोष दिले असतील कोण जाणे!

मला ठाऊक असलेली हकिकतच गोपालय्या सांगत होते. तोपर्यंत मला नुसतं 'हं, हं' म्हणताना त्रास वाटत नव्हता; पण जेव्हा ती हकिकत संपवून ते वेगळं काहीतरी बोलू लागले, तेव्हा साहजिकच माझे हुंकारही थांबले. गोपालय्यांनी हे जाणलं असावं. मग त्यांनी एकवार मागे वळून माझ्याकडे पाहिलं आणि न बोलता ते चालू लागले.

आम्ही घरी परतलो. अंगणात आलो तेव्हा संध्याकाळ झाली होती. शंकरम्मा देवघरात नातवंडांना गाणी आणि श्लोक शिकवत होत्या. मुलंही ते घोकत होती.

ओसरीवर गेल्या गेल्या गोपालय्यांनी पाय जमिनीवर आपटून झटकले. दिवसभरच्या फिरण्याची धूळ अजून पायांवर आहे असं त्यांना वाटलं असावं! पण खरं तर नदी ओलांडताना त्यांनी पाय धुऊन चूळ भरली होती आणि घराजवळच्या पाटामध्येही पाय धुतले होते! बहुधा ती त्यांची नेहमीची सवय असावी.

त्यांनी माझ्याकडे वळून विचारलं, ''काय? आज अभ्यंगस्नान करायचं का?''

मी हसलो आणि विचारलं, ''आठवड्यातून किती वेळा दिवाळी साजरी करायची?''

''का? फक्त दिवाळीच्या दिवशीच तेल लावून न्हायचं? अलीकडची मुलं तुम्ही! एवढ्यात नाही समजायचं तुम्हाला! उद्या वय झाल्यावर अंग सैल पडायला लागलं की समजेल! माझ्यासारखी रोज तेल लावून अंघोळ करा! वात, ताप, आजार – सगळं पळून जातं की नाही ते बघा! आमच्या नारायणला किंवा त्याच्या बायकोला जेवढा ताप येतो, तेवढा मला या वयातही येत नाही!''

''सवय असते एकेकाची! इथं तुम्ही मला तेल लावून अंघोळ करायचा आग्रह करताय म्हणून मी न्हाऊन घेईन. उद्या गावी परतल्यावर कसं जमणार ते? त्यात मी तर रोज वेगळ्या गावी जाणारा!''

''तुमचं स्वतःचं गाव कुठलं म्हणालात? काय काम करता तुम्ही? काहीच सांगितलं नाही. शेती करता? किती एकर जमीन आहे तुमची? काहीच नाही समजलं!''

''माझं काम? माझं काम हेच – गावोगाव भटकायचं!''

''म्हणजे कसलं काम?''

''काम नाही अन् धाम नाही! तुमच्यासारख्यांना भेटायचं – आनंदित व्हायचं! बस्स! हेच माझं काम!''

''हं, घरी खाण्या-पिण्याची काळजी नसेल! आई-वडीलही आहेत नाही का? ते सगळं घरचं पाहत असतील! म्हणून तुम्हीही आमच्या युवराजांसारखे गावोगाव

भटकता! अधूनमधून घरी जाऊन आई-वडिलांना भेटता की नाही? की ते तिथे आणि तुम्ही इथे?''

''जाऊन येतो ना! वरचेवर नाही जमलं तरी अधूनमधून जाऊन भेटून येतो.'' मी म्हटलं.

''जाऊन यायला हवं हो! तुम्ही कुठंही काम करा; पण अधूनमधून आई-वडिलांना भेटून यायला पाहिजे. त्यांनाही खात्री असते, ही शेतीची कामं तुमच्यासारख्या इंग्लिश शिकलेल्या मुलांच्या हातून होणार नाहीत म्हणून! पण मुलांना भेटायची इच्छा असल्याशिवाय कशी राहील?''

''काय म्हणता? माझ्या हातून शेतीची कामं होणार नाहीत की काय?'' मी ताडकन म्हणालो.

''इंग्लिश शिकलेल्यांनी शेती केली असती तर आणखी काय हवं होतं?'' गोपालय्यांनी मला खिजवलं.

''असं जर तुमचं मत आहे, तर मग तुम्ही तुमच्या एकुलत्या एक मुलाला इंग्लिश शाळेत का घातलंत? म्हणजे मुलाला इंग्लिश शिकवून त्याला शेतीविषयी आस्था वाटू नये असं तुम्हीच केलंत!''

''खरंय तुमचं! शिकून-सवरून तो या पोफळीच्या बागेत रमेल असं मलाही वाटलं नव्हतं.'' ते शांतपणे म्हणाले.

''तर मग तुम्ही आणि तुमच्या वाडवडिलांनी इतकं श्रमून या जमिनी तयार केल्या, हे नंदनवन उभारलं ते कुणासाठी?''

''ते मात्र मुलांसाठी या भ्रमानंच! मुलांनी इथं राहून याचा उपभोग घ्यावा ही वेडी इच्छा आमचा! आता तर कितीतरी ब्राह्मणांच्या मुलांनी शिक्षणासाठी गावं सोडली आहेत! ती मुलं काही पुन्हा शेती करायला येणार नाहीत. आमच्या काळी जमीन-जुमल्याला मानमरातब होता. आम्ही शेती केली. आता इंग्लिशला अधिक मान आहे. म्हणून आम्ही मुलांना इंग्लिश शिकवलं. कधीकधी मलाही वाटतं, माझ्या शंभूला मी घरीच ठेवायला हवं होतं. शिकवायला नको होतं; पण समजा, मी त्याला शिकवलं नसतं, तरी सगळी जमीन विकून तो शहरात गेला नसता कशावरून? कितीतरीजणांनी शहराच्या मोहापायी सर्वस्व गमावलंय. जमीन इतरांना कसायला देऊन शहरात जाऊन उत्पन्न खाणारेही कितीतरीजण आहेत; पण त्यात तरी काय अर्थ आहे?

''शेतातलं उत्पन्न शहरात विकून त्याचा उपभोग घेतला तर थोडं तरी बरं. शेतात राबताना, पेरणी करताना, पिकांना पाणी पाजताना, तयार पिकं कापताना एक प्रकारचा आनंद मिळतो! जमीन इतरांना कसायला देऊन, फक्त आपल्या वाट्याचा फायदा उचलताना तो आनंद कसा मिळेल? मला काही पटणार नाही हे! न श्रम

करता तो पैसा घेण्याची वेळ आली तर मला जुगारातला पैसा घेतल्यासारखं वाटेल! तसा मिळवलेला पैसा टिकणारही नाही.''

त्यांचा विचार कितपत योग्य होता ते मला समजलं नाही. शहरात राहून खंडाच्या पैशांवर चांगले गब्बर झालेले कितीतरीजण माझ्या ओळखीचे आहेत. प्रत्यक्ष शेती करतानाचा आनंद त्यांना मिळत नव्हता, हे अगदी खरं! पण असं असलं तरी, मी स्वत: चिखलात राबायला कितपत तयार आहे?

यामुळेच गोपालय्यांच्या दीर्घ, खडतर जीवनापुढे मला नतमस्तक व्हावंसं वाटलं.

या विचारापर्यंत येईपर्यंतचं त्यांचं आयुष्य कसं गेलं असेल? त्यांनी लावलेलं प्रत्येक रोपटं कसं वाढलं असेल? कसं बहरलं असेल? खत-पाणी पिऊन कसं हसलं असेल? त्यांच्या काटुमूलेत पोफळीच्या झाडांऐवजी सावित्री-सुब्बरायसारखी कोवळी बाळं बागडत असल्यासारखी वाटली मला!

दरम्यान, मला तिथंच सोडून गोपालय्यांनी न्हाणीघरात जाऊन अंघोळ करायला सुरुवात केली होती. गरम पाणी पडल्याचा आवाज माझ्या कानांवर येत होता. मी मात्र उभ्याउभ्याच खांबाला रेलून कल्पनाविश्वात रंगून गेलो होतो.

समोरच्या भिंतीपाशी सावित्रीला पायांवर थोपटून निजवत असलेल्या शंकरम्मा माझ्याकडे पाहत होत्या. माझा त्यावेळचा चेहरा पाहून त्यांना वाटलं असेल, या कोवळ्या वयात एवढी कसली काळजी?

अंघोळ करून गोपालय्या न्हाणीघरातून बाहेर आले आणि मला म्हणाले, ''– म्हणजे आज तुमची अंघोळीला रजा तर!''

माझं मन विचारात भरकटलं होतं. मी भानावर येत विचारलं, ''– अं? काय म्हणालात?''

त्यांनी पुन्हा तोच प्रश्न विचारला.

''हो! आता रजाच!'' मी म्हटलं.

''शंकरी, मुलीला चटईवर झोपव आणि आम्हाला जेवायला वाढ पाहू. एकदाचं जेवणाचं शास्त्र उरकून टाकू!''

सावित्रीला पायांवरच झोप लागली होती. तिला उचलून तिथेच झोपलेल्या सुब्बरायच्या शेजारी झोपवून, शंकरम्मा स्वयंपाकघरात गेल्या.

स्वयंपाकघरात शिरताना गोपालय्यांनी शंकरम्मांना विचारलं, ''काय शंकरी, नुसता भात-आमटीचा स्वयंपाक उरकलाय की कायिहुळी वगैरे काही केलंय?''

''जेवढं जमलं तेवढं केलंय मी!'' त्या उत्तरल्या.

आम्ही दोघं जेवायला बसलो. गप्पा मारतामारता गोपालय्यांनी विचारलं, ''नारायणच्या घरी कसं झालं जेवण?''

"तुमचाच भाचा तो! आदरातिथ्यात तो हार जाईल काय?" मी म्हटलं.

"छान! नारायण तुम्हाला खरा तहसीलदार समजला, तसे तुम्हीही त्याला माझा सख्खा भाचा समजलात की काय?"

"छे! तुम्हीच नाही का सांगितलंत, एका अनाथ मुलाला तुम्ही जवळ केलंत म्हणून."

"काही वेळा मला वाटतं, आपल्या माणसांसाठी काही करण्यापेक्षा परक्यांसाठी काही केलं तर तो अधिक जाण ठेवतो! समजा, नारायण माझा सख्खा भाचा असता तर पावलोपावली त्याला माझी आठवण झाली असती का? एवढ्या अवधीत कुठला मामा अन् कुठला भाचा अशी गत झाली असती!"

"बरेचजण घेतलेले उपकार विसरत नाहीत. त्यातही तुमच्यासारखा वात्सल्य आणि जिव्हाळा यांचा कुणी वर्षाव केला तर त्याचा विसर पडणं अशक्यच आहे. मला तर हे सगळं पाहून वाटायला लागलंय की, तुमचा दुसरा भाचा होऊन निवांतपणे इथंच का राहू नये?"

गोपालय्या मनापासून हसले.

"मस्करी नका करू! घरी भरपूर खायला-प्यायला असून आई-वडिलांची ताबेदारी नको, म्हणून बाहेर पडलात तुम्ही! इथं माझ्या हाताखाली बरे राहाल!"

"तसं काही नाही! इथं राहू नये असं काय आहे? मला तर इथलं सगळं काही आवडलंय! प्रत्येकाची आवडनिवड असते! समजा, जर मला ही जागा आवडली आणि तुम्हाला मी आणखी एक नारायण वाटलो, तर मी इथं का राहू नये?" मी हसत म्हटलं.

ते कदाचित मला आणखी एक नारायण समजतील; पण या डोंगरात असं एकाकी जीवन कंठण्याचं धैर्य माझ्या अंगी नाही, हे मला चांगलं ठाऊक होतं!

"ओ! तुम्ही इथं राहतो म्हणून शब्द द्या! तुमच्यासाठी आणखी एक काटुमूले उभं करतो की नाही ते पाहा! एकाच्या ऐवजी दोन भाचे होतील! मी घाबरतो की काय?" ते आत्मविश्वासानं म्हणाले.

"माझ्यासाठी वेगळा काटुमूले कशाला?"

"म्हणजे? तुम्हाला तोच काटुमूले हवा की काय? अहो, नारायणच्या हृदयाचा ठोका चुकेल तुमचं बोलणं ऐकून! तो काटुमूलेचा मळा नारायण आणि त्याच्या मुलांचाच! आयुष्यभरासाठी त्यानं माझी साथ धरलीय! त्याला कसा अर्ध्यावर सोडता येईल?"

"मग तुमच्या या दुसऱ्या भाच्याला तुमचं घर आणि इथली बाग देता का?"

"तुम्हाला आणखी एक काटुमूले देतो म्हटलं ना! हे घर, ही बाग माझी असेल तर तुम्हाला देणार ना मी?"

“हे सगळं तुमचं नव्हे?” आतापर्यंत चाललेल्या थट्टेत आता आश्चर्यही मिसळलं होतं.

“माझ्या आजोबांनी किंवा त्याआधीच्या कुणा पूर्वजानं तयार केलंय हे! न श्रमता माझ्या हाती आलंय. पिढीजात आलेली मालमत्ता म्हणजे धर्मादाय मिळालेला अन्नाचा गोळा! पोटी जन्मलाय त्याच्याच वाटची ती! तशीच पुढच्या पिढीला जायला हवी! तो माझा मुलगा इथं येवो अथवा न येवो. हवं तर विकू दे त्याला! मी आणि शंकरी इथं आहोत तोवर हे सगळं आमचं! त्यानंतर मात्र त्या शंभूचं!”

ते पुढे म्हणाले, “तुम्ही इथं निश्चितपणे राहणार असाल, तर तसं सांगा. नारायण सांगत होता ती जागा तुम्हाला प्रतिनंदनवनासारखी करून देतो!” गोपालय्या मोठ्या आत्मविश्वासानं म्हणाले.

माझं बोलणंच खुंटलं.

गप्पांच्या नादात त्यांनी मला भाचा म्हटलं आणि मीही त्यांना मामा म्हटलं; पण या वयातही आपल्याला आवडलेल्या व्यक्तीला आपलंसं करण्यासाठी ते कुठलाही त्याग करायला मागं हटणार नाहीत, याची खात्री वाटली मला!

आम्हाला वाढणाऱ्या शंकरम्मांच्या कानावर आमच्या या गप्पा पडल्याशिवाय कशा राहतील? त्याही मोकळेपणानं आमच्या बोलण्यात सामील होत म्हणाल्या, “ते काही का असेना, तुम्ही माझ्या मुलाचा ठावठिकाणा शोधून काढा, शंभर रुपये बक्षीस देईन! तुम्ही काही या रानात राहणार नाही!”

“हे काय? फक्त शंभर रुपये?” मी गमतीनं म्हटलं.

“शंभर की हजार! मला नाही समजत तो हिशेब! ‘ते’ देतील तितकं तुम्ही घ्या!”

खरोखरच शंकरम्मांना त्यांच्या जीवनात हजार आणि शंभरमधला फरक समजून घेण्याची वेळच आली नसावी! आपल्या नवऱ्याकडे किती शंभर आणि किती हजार रुपये आहेत याचीही त्यांना माहिती नसावी!

गोपालय्या हसत म्हणाले, “शंकरी, हजार रुपये म्हणजे थोडे थोडके आहेत की काय? आजच्या दरानं नऊ खंडी सुपारीचा भाव झाला! आपल्या मळ्याचं वर्षाचं उत्पन्न झालं हे!”

“हं, आता तुम्हालाही पैशाची आशा वाटायला लागली वाटतं!”

“तसं नव्हे शंकरी. इथलं जे आहे ते सगळं तुझ्याच मुलाचं नाही का? आपण ते दानधर्म करून संपवलं तर कसं चालेल? तरुण मुलाला न विचारता वडिलोपार्जित संपत्तीचं दान केलं, तर तो कोर्टात नाही का खेचायचा?”

“तसं असेल तर मी माझं सोनं विकेन!”

“तुझं सोनं विकलं तर हजार रुपये जमतील काय?”

“जितके जमतील तितके जमतील! – पण या दागिन्यांत भरपूर सोनं आहे म्हणाला होतात ना तुम्ही?”

“ते खरंय; पण आता सोन्याला बरा भाव कुठे आहे? अजूनही उतरेल म्हणतात.”

“खरं? पण आपण पंधरा रुपयांनी घेतलं होतं ना! आणि मी म्हणते, सोनं इतकं उतरलं असेल तर, सुपारीच्या पैशांचं सोनंच का घेऊ नये? किती झालं तरी सोनं ते सोनंच.”

“पण आजकालचं सोनं काही चांगलं नसतं. त्याला लवकर वाळवी लागते.” गोपालय्या हसत म्हणाले.

“काहीतरीच! सोनं म्हणजे काय पैशाच्या नोटा आहेत?” शंकरम्मा फणकारल्या.

गप्पा अशाच भरकटत असताना हसत-खेळत जेवणं झाली. नंतर आम्ही बाहेर ओसरीवर येऊन बसलो.

“तुम्ही झोपा आता. मला भरपूर काम आहे आज. आता कामाची माणसं येतील. पोफळं सोलायला हवीत.” असं म्हणत गोपालय्यांनी तोंडात विडा कोंबला, कमरेला एक पंचा गुंडाळला आणि अंगणात बसून ते एकेक पोफळ सोलून टोपलीत टाकू लागले. गप्पाही सुरूच होत्या. समोर एक दिवा मिणमिणत होता.

एवढ्यात बङ्क्याची स्वारी तिथे येऊन दाखल झाली. त्याच्या घरातल्या आणखी दोन-तीन बायका आल्या होत्या.

गोपालय्यांनी त्यांच्यासमोर पान-सुपारीचं तबक सारलं. तंबाखूही दिला.

बङ्क्यानं तंबाखूचा वास पाहत विचारलं, “हा कुठला तंबाखू? अगदी जातिवंत दिसतोय. भरपूर सुवास आहे म्हणून म्हटलं!” तंबाखूची चिमूट तोंडात टाकत तो हसत म्हणाला, “पण आमच्या देरण्णा गौडांना मात्र या नव्या तंबाखूची बातमी सांगू नका बरं का! नाहीतर हा नवा तंबाखू संपेपर्यंत रोज दहा वेळा चकरा मारतील तुमच्या घरी!”

सगळेजण हसले.

“पाहिलंत तहसीलदारसाहेब? आमच्या बङ्क्यालाही देरण्णाचा स्वभाव समजलाय!” गोपालय्या म्हणाले.

त्यांचं बोलणं आणि काम एकाच वेगानं चाललं होतं. मी भिंतीला टेकून बसलो होतो. गोपालय्यांचं जेवतानाचं बोलणं आठवून मला हसू येत होतं.

पण त्या हास्याच्या मागं दडलेल्या समस्येकडे लक्ष जाताच, माझं हसू लोपलं.

शंकरम्मांना एकुलती एक आस होती – मुलाच्या भेटीची; पण ती आस कधी पूर्ण होईल? गोपालय्यांनी मुलाविषयी दाखवलेली अनासक्ती, घर आणि वडिलोपार्जित संपत्ती त्याच्यासाठी राखून ठेवण्याच्या त्यांच्या विचारामागील त्यांची आसक्ती!

मला तर याची नेमकी सांगडही घालायला जमत नव्हतं!

पुन्हा माझं मन त्यांच्या मुलाचा विचार करू लागलं.

एवढ्यात स्वयंपाकघरातली कामं आटोपून शंकरम्मा 'मीही आलेच' म्हणत पोफळं सोलण्यासाठी अंगणात निघाल्या.

"नको येऊस. इथं आम्हीच बरे आहोत. तू आमच्या तहसीलदारांशी गप्पा मारत बैस." गोपालय्या म्हणाले.

"कोण तहसीलदार?" शंकरम्मांनी विचारलं.

"म्हणजे? तुझ्या घरी आलेले पाहुणे कुणी सामान्य आहेत असं वाटलं की काय तुला? एकदम ताजे तहसीलदार! आपल्या देरण्णाची जमीन पाहायला आलेत ते!"

"खरं? तर मग तहसीलदारसाहेब, तो देरण्णा इथं येऊन रोज यांचा जीव खातोय! त्या जागेला कुणी विचारत नाही. बिचाऱ्यानं भोवताली कुंपण घातलंय. खंदकासाठीही राबतोय. सरकारची कितीतरी जागा पडीक राहिलीय. जाऊ द्या. ती जागा करून द्या त्याच्या नावानं!"

मला हसू आलं.

गोपालय्या त्यांना म्हणाले, "शंकरी, तुझं सोनं विकून त्या जमिनीचा मागचा सगळा शेतसारा भरलास तर ते जमीन देरण्णाच्या नावानं करून देतील! ती जमीन देरण्णाला द्यायला त्यांची मुळीच हरकत नाही आणि जमीन घ्यायला देरण्णाचीही तक्रार नाही." गोपालय्यांनी त्यांना सोपं करून सांगितलं.

"बिचारा! त्या देरण्णाकडे कुठला आलाय पैसा? गरीब बिचारा! पैशाला पैसा जोडून जगतोय तो!" शंकरम्मा म्हणाल्या.

"पण त्यानं या बङ्ग्याला रेडा विकत घ्यायला बारा टक्के दरानं साठ रुपये दिलेत म्हणे! त्याचं काय? शिवाय माझ्याकडे त्यानं शंभर रुपये ठेवायला दिले आहेत. तो काय पैसा नव्हे?"

शंकरम्मांचा चेहरा पडला. त्यांनी रागारागानं गोपालय्यांकडे पाहिलं. या तहसीलदारापुढे का सांगताय हे सगळं, असाच भाव त्यांच्या चेहऱ्यावर होता!

मी त्यांना हसत म्हटलं, "तुम्ही रागावू नका! मी कसला तहसीलदार! सगळी थट्टा चाललीय त्यांची!"

सगळेजण हसले.

शंकरम्मा पुन्हा कामासाठी निघाल्या. गोपालय्या त्यांना म्हणाले, "नको येऊस तू. तिथंच विड्याचं तबक आहे. तू पान खा आणि त्यांनाही करून दे. ते पान खायचा कंटाळा करतात – आणि हो! तुझ्या मुलाचा विषय सोडून इतर काहीही गप्पा मार त्यांच्याशी!"

शंकरम्माही गोपालय्यांबरोबर हसल्या आणि म्हणाल्या, "मला काही एवढं कौतुक नाही मुलाचं! यायचं तर येऊ दे त्याला! त्याला आई नको असेल तर मला तरी कशाला हवा मुलगा?" म्हणत त्या माझ्याजवळ आल्या आणि विड्याचं तबक पुढ्यात घेऊन पान करू लागल्या.

गप्पा मारता मारता त्या देरण्णाच्या संदर्भात सहानुभूतीनं म्हणाल्या, "हो, असतील त्याच्याकडे शे-दोनशे रुपये; पण समजा, उद्या त्याचा एक बैल म्हातारा झाला आणि दुसरा वाघानं खाल्ला तर मात्र सगळे पैसे गुरांपायी पाटलाला द्यावे लागतील. नाहीतर जमिनीवर कर्ज काढावं लागेल –"

सगळ्या नद्यांचं पाणी समुद्राला मिळावं तसा सगळ्या गप्पांचा ओघ फिरून त्यांच्या मुलापाशी आला. तिथे बरीच माणसं असल्यामुळे आमच्या गप्पा खालच्या आवाजात चालल्या होत्या. भरलेल्या आवाजात त्यांनी विचारलं, "तुम्हीच सांगा, पोटच्या मुलाला कधी विसरता येईल का? कितीतरी वेळा मी मनाचा निग्रह करते. तो माझा मुलगाच नाही असं मनाशी ठरवते; पण त्याच्या लहानपणीचे सदरे आता आमचा सुब्बराय वापरतो. ते पाहिलं की, मला त्याची आठवण येते! सारखा माझ्या मागं मागं फिरायचा तो, अंगणात हुंदडायचा, घरभर फिरायचा. एकदा तर मी पाटावर खरकटी भांडी विसळायला गेले होते, तोही आला माझ्या पाठोपाठ आणि पाय घसरून पडला पाण्यात! मी आरडाओरडा केला. हे आले आणि त्यांनीच काढलं त्याला बाहेर. त्याला जवळ घेऊन मी म्हटलंदेखील, 'आयुष्य मोठं तुझं!...' सगळं आठवतंय. सुब्रह्मण्यच्या जत्रेच्या वेळी मीच त्याला कडेवर घेऊन जात होते. अजूनही माझ्या डोळ्यांसमोर तो छोटा आणि बाळ दिसतो! तरुणपणीचा शंभू दिसतच नाही!"

मी विचारलं, "आता काय वय असेल त्याचं?"

"आमच्या नारायणपेक्षा सहा-सात वर्षांनी तो लहान; म्हणजे असेल तीस वर्षांचा!"

"म्हणजे माझ्याहून लहानच."

"तुमचं वय काय?"

"बत्तीस."

"हं, दोन वर्षांनी लहानच."

"काय शिकलाय तो?"

"मुंबईला गेला होता खरा बी.ए. की एलएल.बी. असं काहीतरी शिकायला. त्याआधी त्याचं लग्न केलं असतं तर हा प्रश्नच आला नसता!"

"मग का नाही केलं त्याचं लग्न? योग्य घराण्यातील मुलगी मिळाली नाही?"

"माझ्या मुलाला मुली न यायला काय झालं?" त्या अभिमानानं म्हणाल्या,

"बऱ्याच चांगल्या घरच्या मुली सांगून येत होत्या. एकदा त्याचं लग्न करायचं म्हणून कुणालातरी कुंडलीही दाखवली. वर्षानंतर लग्न करा – एवढ्यात करू नका म्हणून सांगितलं त्यांनी. मीही म्हटलं, असं असेल तर जाऊ द्या एक वर्ष!"

"का सांगितलं तसं ज्योतिषाचार्यांनी?"

"कसलातरी 'कुजराहू संधिकाल' आहे असं म्हणाले; पण काहीच घडलं नाही त्या काळात. निदान आम्हाला तरी समजलं नाही. आम्ही होमहवन केलं म्हणून काही आपत्ती आली नसावी. ते वर्ष संपताच मी म्हटलं, 'आता लग्न करू या.' हे म्हणाले, 'तुझ्या माणिला विचार. आठ-दहाजणांकडच्या पत्रिका आल्या आहेत'. तो इथंच राहता, तर त्याला कुणी मुलगी दिली असती की नाही कोण जाणे! पण आता इंग्लिश शिकलेल्या माझ्या बाळाला मुलींची कसली कमतरता? पण सुट्टीवर आलेला बाळ मात्र लग्न नकोच म्हणाला. कितीतरी वेळा विचारलं तरी त्याचा नकार ठरलेला! अखेर यांना वाटलं, शिक्षण झाल्यावर तो लग्न करेल. आपण तरी किती जबरदस्ती करायची? तो मित्रांबरोबर विट्ल आणि कुंबळे गावी जाऊन यायचा. मला वाटलं, तिथं त्यानं एखादी मुलगी पाहिली असेल –"

"तुम्ही त्याला त्याबद्दल विचारलंत का?"

"हो तर! मी विचारलं आणि सांगितलंदेखील. चांगल्या घराण्यातील असेल आणि पत्रिका जमत असेल तरी खूप झालं! पण त्याला खूप राग आला! रागारागानं तो न बोलता महिनाभर नारायणच्याच घरी जाऊन राहिला!"

"अस्सं!"

"त्याचं शिक्षण संपत आलं तसं त्याचं घरी येणं कमीच होत गेलं. आता तो वकिलीची परीक्षा पास झालाय म्हणे! तो शिकत होता, तेव्हा इथनं बक्कळ पैसा जायचा! सनदेसाठी पैसा हवा होता. तोही पाठवून दिला. मुंबईत असतो म्हणून त्यानं कळवलं होतं; पण हे म्हणतात, आपल्या ओळखीची इतकी माणसं तिथं आहेत; तो दहा वर्षांत कुणालाच कसा भेटला नाही? हे तर म्हणतात, त्यानं लग्न केलं असेल आणि संसार मांडला असेल! आता इथं यायचं म्हणजे अपमान वाटत असेल. मला मात्र नाही तसं वाटत. तसं नाही करणार तो. जर त्याला लग्नच करायचं असतं तर त्यानं चांगल्या चांगल्या मुली का डावलल्या असत्या? –"

एक सुस्कारा टाकून त्या पुढे म्हणाल्या, "– कुठं का असेना, सुखात असो बापडा! पण वर्षा-दोन वर्षांत एकदा का होईना आम्हा आई-वडिलांना भेटून गेला असता, तर जीव थंडावला असता. आम्ही म्हातारी माणसं. इथं कुणी अमरपट्टा घेऊन आलंय काय?"

पुन्हा शंकरम्मांचे डोळे भरले. आवाज भरून आला. भावनेच्या भरात आवाज गहिवरल्यासारखा झाला. गोपालय्यांच्या कानावर त्यांचं शेवटचं वाक्य गेलं असावं.

ते थोड्या कठोर आवाजात म्हणाले, "नेमकं झोपायच्या वेळी तुझ्या मुलाचं पुराण सांगून त्यांच्या झोपेचं खोबरं करू नकोस. तूच तो विषय टाकून देणार होतीस नाही का?"

"खरंय! माझंच चुकलं! आपलं दुःख आपल्याला. आलेल्या पाहुण्यांनी का त्याचं ओझं वाहायचं?" असं म्हणत त्या तिथून उठल्या.

मी त्यांना म्हटलं, "मीही तुमच्यासारखाच एक माणूस आहे. सगळ्यांची सुख-दुःखं सारखीच! समजा, माझ्यावर अशी वेळ आली असती तर?"

त्याही अवस्थेत शंकरम्मा हसल्या आणि म्हणाल्या, "पण त्यासाठी आधी लग्न होऊन मुलं-बाळं व्हायला हवीत, नाही का?"

मलाही हसू आलं. आतापर्यंतचं सगळं बोलणं आम्हा दोघांच्या हसण्यात विरल्यासारखं झालं.

शंकरम्मा आत जाऊन झोपल्या. मी काही न बोलता बराच वेळ बसून होतो.

एवढ्यात घरामागच्या डोंगरातून वाघाची डरकाळी ऐकू आली. गोपालय्या म्हणाले, "अहो तहसीलदारसाहेब, ऐकलीत का आमच्या गावच्या कलेक्टरसाहेबांची डरकाळी!"

मी अशा मोकळ्या रानात प्रथमच वाघाची डरकाळी ऐकत होतो. घराच्या इतक्या जवळ ती ऐकायला मिळेल अशी मला मुळीच कल्पना नव्हती; पण तिथल्या लोकांच्या दृष्टीनं ती फारच सामान्य घटना असावी!

गोपालय्यांनी चौकशी केली, "बङ्क्या, सगळी गुरं गोठ्यात परतली ना?"

"हो परतली. एखादं जरी बाहेर राहिलं तर 'लक्ष्मी'चीच गत व्हायची त्याची! आता पिंजऱ्यात कुत्रं बांधून वाघ पकडायला पाहिजे. नाहीतर एकही जनावर शिल्लक राहायचं नाही गोठ्यात."

जमलेल्यातला एकजण म्हणाला, "या वर्षी फारच त्रास होतोय या वाघाचा. आमच्या देवळाजवळ येऊन असाच ओरडतो. आजवर तीन कुत्री बांधली. कधीतरी गोठ्यात शिरून रेड्यांना मारतोय की काय अशी भीती वाटते!"

"मला वाटतं, त्या डोंगराच्या कल्कुडाला बळी द्यायला पाहिजे. गेल्या तीन वर्षांत कल्कुडाला शांत नाही केलं. देरण्णा गौडांनी तर सांगितलंय, जमिनीचं काम झाल्याशिवाय काही करणार नाही म्हणून."

"खरंय बङ्क्या, हा कल्कुड त्याच्या हद्दीत आहे ना! त्याची सरकारी कामं होऊन कल्कुडाची शांत करेपर्यंत गावातली निम्मीअधिक जनावरं वाघाच्या पोटात जातील!"

"मी काही बोललो तर मलाच सांगतात शांत करायला! ज्यांनी करायचं ते करेनात आणि माझ्यासारख्याच्या हातनं व्हायची का वाट बघतात?"

"उद्या बघू या. देरण्णाला जरा हरबऱ्याच्या झाडावर चढवून बघू; पण मला तर वाटतं, यात काही अर्थ नाही. गेल्या खेपेला कल्कुडाची शांती केल्यावर तिसऱ्याच

दिवशी माझी लक्ष्मी गेली नाही का? पण तेही करून टाकू. आपण काही केलं नाही असं वाटायला नको. आता पुत्तूरला जाईन तेव्हा बार घेऊन येईन. वाघाला पिंजऱ्यात कोंडून त्याच्या चिंधड्या उडवू या. या वयात शिकारीला जायला मात्र जमायचं नाही. आमचा देरण्णा नेमबाजी छान करतो. तो काही शिकारीला घाबरत नाही; तो घाबरतो काडतुसाच्या खर्चाला!''

त्यांच्या गप्पा ऐकता ऐकता मी पेंगुळल्यासारखा झालो. वाघाच्या गोष्टी ऐकता ऐकता मला वाघिणीची आठवण झाली. गोपालय्यांच्या मुलाचे विचारही मनात येऊ लागले. या सगळ्या संदर्भांत पुन्हा एकदा मी शंभूचं चित्र चितारू लागलो.

माझ्या मनात साकारलेल्या त्याच्या रूपातली निरागसता आता नाहीशी झाली होती. तो एक शौकीन तरुण बनला होता! त्याच्या डोक्यावर केसांचं रान माजलेलं होतं. ओठांवर सिगारेटही दिसली. चेहऱ्यावरचे भाव विचित्र भासू लागले. सहवासदोषामुळे बिघडलेल्या एका तरुणाचं चित्र माझ्या डोळ्यांसमोर आलं. याचं नाव काय असावं? काहीतरी आठवल्यासारखं वाटलं. त्याची आई त्याला काय म्हणते? 'पुट्टमाणि बाळ!'

बराच वेळ पुट्टमाणि हेच नाव मनात घोळत राहिलं. काय नाव त्यांचं? शंभू – पुट्टमाणि – बाळ! मी गोंधळल्यासारखा झालो. अशी व्यक्ती, असं नाव – मी कधी अशा व्यक्तीला भेटलो तर नाही ना? का कोण जाणे! पण मी त्याला भेटलो असेन असं वाटू लागलं; पण कुठे? पुण्यात? मंगळूरला? की मुंबईला? कुठे ते आठवलं नाही, तरी त्याला निश्चित भेटलो असेन असं वाटत राहिलं; पण नाव मात्र यापैकी कुठलंच नव्हतं! काहीतरी वेगळं नाव होतं एवढं निश्चित! एलएल.बी. होऊन मुंबईला मास्तरकी करत असल्याचं आणि तिथेच लग्न केल्याचं आठवत होतं.

पण कुणी सांगितलं असेल मला हे? अशी व्यक्ती माझ्या ओळखीची नव्हती हे खरं. कुणीतरी जवळच्या व्यक्तीनं मला ही हकिकत सांगितली; पण मी त्या जोडप्याला पाहिलंय एवढं मात्र निश्चित! पण कुठं? कदाचित मुंबईच्या कुठल्यातरी थिएटरमध्ये मला कुणीतरी दाखवलं असावं.

स्वप्नात तर, माझा त्यांच्या मुलाशी अधिकच परिचय झाल्यासारखा मला वाटला. माझ्या पुण्यातल्या मित्राला पत्र लिहिलं तर यावर अधिक प्रकाश पडेल, असं वाटू लागलं.

एकंदरीत गोपालय्यांच्या मुलाचा शोध लावण्याचं काम आता मला अशक्य कोटीतलं वाटेनासं झालं!

पण एक मात्र खरं; त्याचं नाव शंभू नसावं. निदान माझ्या कल्पनेतल्या चित्रात तर ते मला ऐकू आलं नाही.

मग या सगळ्याचा अर्थ काय? की सगळा माझ्या मनाचाच निरर्थक खेळ?

सात

रात्रीचं स्वप्न संपलं आणि मी सकाळी उठलो तेव्हा मला त्या भागात कितीतरी वर्षं राहत असल्यासारखं वाटत होतं! त्या घराचे सगळे खांब मला परिचयाचे वाटत होते. बागेतल्या प्रत्येक झाडाशी जुनी ओळख असल्यासारखं वाटत होतं. समोरच्या पाटावर गेली कित्येक वर्षं मी नियमितपणे पाय धुतोय असंही वाटत होतं!

आदल्या दिवशी सकाळी घराला गराडा घातलेल्या धुक्याचा आज मागमूसही नव्हता. घरासमोरच्या डोंगरामागून सूर्योदय होऊ लागला तेव्हा समोरच्या डोंगरालगतचं आकाश सोनेरी रंगानं झळाळून उठलं. समोरचा उभा उंच सुळका चांदीच्या रवीसारखा दिसत होता. आदल्या दिवशी तोच सुळका मला दाट मलईच्या दह्यात उभ्या असलेल्या निळ्या रवीप्रमाणे वाटला होता. आज धुक्याचं दही तिथे नव्हतं. त्या सुळक्याचा निडर ताठपणा माझ्यासारख्या कितीजणांच्या हृदयात धडकी भरवत होता, कुणास ठाऊक!

आकाशात सूर्य थोडा वर आला न आला तोच डोंगरांच्या दक्षिण बाजूची हिरवळ त्याच्या किरणांनी न्हाऊन निघाली. आयुष्यात कधीही न विसरता येण्यासारखं होतं ते अपूर्व दृश्य! आतापर्यंत कठोर भासणाऱ्या त्या डोंगराला कुठेतरी मऊसर हृदय असल्यासारखं आता वाटू लागलं. पाहता पाहता तो आकाशाचा डोळा क्रूर बनला आणि त्याचा ताप लोखंडालाही द्रवरूप करेल असं वाटू लागलं! आतापर्यंत मर्दानी ताठ्यात उभा असलेला तो सुळका, एखाद्या नम्रतेने लीन झालेल्या ललनेप्रमाणे भासू लागला.

त्या निसर्गाच्या सौंदर्यानं मी वेडावलो होतो. बराच वेळ भटकून कॉफी प्यायला मी घरी परतलो.

माझी वाट पाहत बसलेले गोपालय्या म्हणाले, "मला वाटलं, आता डोंगरातच मुक्काम करता की काय?"

"इथली हिरवीगार जमीन, निळेशार डोंगर आणि सुंदर आकाश पाहिलं की, वाटतं, इथंच राहावं! पण चार-आठ दिवस अधिक राहिलो तर बट्ट्यासारखा ढेरपोट्या होईन अशी भीती वाटते! काहीही असलं तरी हे भुतासारखे उभे असलेले वृक्ष, त्यांना सहज गिळून टाकतील अशा डोंगरदऱ्या पाहिल्या की, मानव किती क्षुद्र भासतो नाही! या प्रचंड डोंगरांवर फिरणारे महाकाय हत्ती इथं मुंग्यांसारखे भासतात. हे सगळं पाहताना मीच मला थिटा वाटू लागतो. किती क्षुद्र हा मानव! इथंच ही परिस्थिती आहे, तर हिमालयात कसं वाटत असेल? तुमचा हा कुमारपर्वत असेल साधारण पाच हजार फूट उंच. त्याच्यासमोर पाच हात माणसाची ही गत! हिमालय तर एकोणतीस हजार फूट उंच आहे म्हणे! म्हणजे त्याच्यासमोर तर माणसाला क्षुद्र मुंगीचं स्थानही मिळणार नाही."

गोपालय्या मोकळेपणानं हसत म्हणाले, "म्हणजे? मुंगी इतकी क्षुद्र आहे असं म्हणायचंय की काय तुम्हाला? अहो, आपल्या वजनाच्या दसपट वजन उचलणारी मुंगी क्षुद्र आहे? तुम्ही हिमालयाची हकिकत सांगितलीत. मीही ऐकलंय त्याविषयी; पण पाहिला मात्र नाही. आता माझ्या डोक्यावरच हिम साचायला लागलंय; त्यामुळे यानंतर पाहायचा प्रश्नच नाही; पण एक मात्र सांगतो, इथं फिरताना जितका आनंद होतो, हे डोंगर मनाला जितका आल्हाद देतात, तितका संतोष मला तुमच्या पुत्तूरमध्येही मिळत नाही. मैसूरसारखा सपाट प्रदेश पाहून तर, मला ती जमीन पडीकच वाटू लागते. पाहा ना, या डोंगराचा रुबाब कसा मर्दानी वाटतो! ती सपाट जमीन मात्र अगदी बायकी वाटते!"

त्यांची उपमा देण्याची पद्धत पाहून मला हसू आलं.

मी हसत असलेला पाहून ते पुन्हा म्हणाले, "थट्टा समजू नका ही. मला तरी हे डोंगर पाहताना जितका आनंद होतो, तेवढा सपाट मैदानं पाहताना होत नाही. मी अगदी लहान असताना घरातून बाहेर येऊन, धावत बाग ओलांडून, पलीकडे जाऊन डोंगर पाहत उभा राहत असे. तिथून दिसणारं 'अक्किराशी' –"

"म्हणजे?"

"– कुमारपर्वताचं एक छोटं शिखर आहे ते. मी स्वत: कुमारपर्वतावर उभा असल्याची कल्पना करून सभोवताली पाहत असे. या कल्पनेत रमल्यावर मी मला पोफळीएवढा भासत असे! त्या वेळचा तर सगळाच पोरखेळ. मी रोज एका डोंगरावर चढून येत असे. आई म्हणायची, 'अय्यो, माणि! असा एकटा भटकू नकोस बाबा! एखादा रानरेडा किंवा हत्ती आला म्हणजे?' बट्ट्याही पहिल्यापासून इथंच राहणारा. कितीतरी वेळा मी त्याच्या सोबतीनं भटकत असे; पण अजून एकदाही कुमारपर्वतावर गेलो नाही. कितीतरी वेळा मनात यायचं, बट्ट्यालाही अनेक वेळा विचारलं; पण तो घाबरायचा तिथं यायला. 'छे! मी अस्पृश्य! मी कसा तिथे

येऊ? तिथे देव आणि सिद्धपुरुष राहतात म्हणे!' हे त्याचं उत्तर ठरलेलं! मी
आईकडे त्याच्याविरुद्ध तक्रार केली; तर आईनंच मला भीती घातली, 'तिथं एकदा
गेलेला माणूस माघारी येत नाही. परतीचा रस्ताच बंद होतो.' कदाचित त्यामुळे माझा
त्या वयातला उत्साह मावळला असावा. नंतर ती दंतकथा असल्याचं समजलं.
आता तर वर्षा-दोन वर्षांतून कुमारपर्वतावर जाऊन येणारी माणसं आहेत. काहीही
असो, अगदी कुमारपर्वत नसला तरी, कुठल्याही डोंगराच्या माथ्यावर चढलं की,
एक प्रकारच्या आनंदानं छाती भरून येते. परवाच्या दिवशी आपण गेलो होतो त्या
डोंगरावरही असाच अनुभव येतो. असं डोंगरमाथ्यावर उभं राहिलं की वाटतं, आता
आणखी कोण आहे माझ्याहून मोठं! शेकडो सामान्य लोकांपेक्षा आपण कुणीतरी
मोठे आहोत असं मनाला वाटतं! खरं की नाही?''

आम्हा दोघांची कविहृदये एकमेकांशी स्पर्धा करत असतानाच शंकरम्मांची
हाक कानी आली, ''हे काय! दोघांनाही कॉफी प्यायची नाही?''

आदल्या रात्री वाघाच्या डरकाळीमुळे आमच्या गप्पांना खीळ बसली होती
आणि आता कॉफीच्या हाकेमुळे आमच्या गप्पा थांबल्या.

दोघेही कॉफी पिण्यासाठी आत जाऊन बसलो.

दिवसेंदिवस कॉफीच्या कळशीचा आकार वाढत होता असं मला वाटत होतं.
दोशाचा आकारही आता दुप्पट झाला होता की काय कोण जाणे! गप्पा मारता मारता
मीही पोट माझ्या मालकीचं नसल्यासारखा त्यावर ताव मारत होतो.

मध्येच गोपालय्या म्हणाले, ''अहो तहसीलदार, आता पुन्हा एकदा उन्हाळ्यात
तुम्ही या... इथला फणस खायला. आता कसल्या दरिद्री दिवसांत तुम्ही आलात?
कसलंही फळ नाही. उन्हाळ्यात आलात तर असा फणस खायला मिळेल की,
इतकं रुचकर फळ तुम्ही उभ्या आयुष्यात खाल्लं नसेल. आमच्या झाडाचा... नंतर
दाखवीन तुम्हाला ते झाड – त्या झाडाचा फणस तर इतका रुचकर आहे म्हणून
सांगू तुम्हाला! त्याचा एक गरा आणि मटकाभर मध दोन्ही सारखंच! छे! त्यापेक्षा
व्यवस्थित उपमा द्यायची असेल तर सांगतो, 'दास' जातीच्या उसाचा गूळही इतका
रुचकर नसतो!''

''काही फणस गोड असतात खरे.''

''अहो, पण असा फणस तुम्ही आयुष्यात खाल्ला नसेल! पश्चिम किनारपट्टीवर
नाही मिळत असलं फळ आणि फळ तरी कसं? एक फणस उचलायला एक गडी
लागतो! तुम्हाला हवं तर एक रोप देईन मी. रोपंही आहेत इथं; पण हे काही
लागवडीचे दिवस नाहीत. पावसाळ्याच्या सुरुवातीला रोपं लावायला हवीत. तुम्ही
आता झकासपैकी लग्न करा आणि पुत्तूरला बिऱ्हाड करा. मी स्वत: तुमच्या घरी,
पुत्तूरला येऊन दोन रोपं लावून जाईन. सहा-सात वर्षांतच फळ येईल त्याला. ही

काही माझ्या पणजोबांनी लावलेली झाडं नव्हेत! मीच स्वत: लावली आहेत. असंच कुठंतरी फळ खाल्लं. चवीच्या प्रेमात पडलो आणि इथं रोपं लावली. आता मीच त्याची फळं खातोय.''

''हो?''

''हं! आता एखाद्या उन्हाळ्यात याची चव पाहायला तुम्ही यायलाच हवं! याची चव पाहिली की, त्याची खीर करावीशी वाटते.''

''पचायला हलकं फळ असेल तर निश्चितच येईन खायला.''

''म्हणजे काय! आमच्या गावी फणस खाल्ला तर पचणार नाही असं वाटतं? असं वाटत असेल, तर साफ खोटं आहे ते! आता... काहीही अति खाल्लं की पचणार नाहीच! तापही येईलच. मग ते आमच्या गावात असो किंवा किनारपट्टीवर असो! आता आमच्या गावातल्या शूद्रांना पावसाळ्यात जेवायला काही नसतं. तांदूळ वाचवायचा म्हणून मागचा-पुढचा विचार न करता ते नुसता फणसच खातात! मग अजीर्ण झाल्याशिवाय कसं राहील? पाठोपाठ तापही आलाच! या तापाचं तर काय सांगायचं? आणखी महिन्या-दोन महिन्यांनी इथं तापाच्या साथीला सुरुवात होईल! मला तुम्ही फक्त तीन दिवसांसाठी सरकारी अधिकार द्या. तीन दिवसांतच गावालगतचं रान तोडून तापाला पळवून लावतो की नाही ते पाहा! पण हे सरकार फॉरेस्ट ताब्यात घेऊन जंगल वाढवतं आणि आमचा जीव खातं!''

गोपालय्यांच्या बोलण्याचा एक धडाकाच होता! त्यांनी साठी ओलांडली असली तरी त्यांच्या बोलण्याचा धडाका एखाद्या मध्यमवयीन माणसाला लाजवणारा होता. अतिशय जाणीवपूर्वक जीवन जगले असावेत ते. तिथलं जीवनातलं अज्ञान त्यांना ग्रासू शकलं नव्हतं; पण तिथल्या परिसराच्या मोहात ते गुरफटले होते!

कॉफी पिऊन आम्ही बाहेर आलो.

''हं! आज काय विचार आहे तहसीलदारांचा? कुठं जाणार? बट्ट्या किंवा नारायणला पाठवतो तुमच्याबरोबर. पुन्हा एकदा ग्रामसंचार होऊ द्या! इथं नुसतं बसून राहिलं तर थंडी शिरेल अंगात! मग शनिवारपर्यंत राहायला तयार झालात, त्याऐवजी आजच पळून जाल! इथं आळशासारखं बसून राहिलं की ताप येतो. काही ना काही काम करत राहायला पाहिजे इथं. याचा अर्थ असा नव्हे की, इथल्या कामकऱ्यांना कधीच ताप येत नाही!''

''कुठंतरी जायला पाहिजे. तुमच्या गावात आलोच आहे, तर इथला अमुकतमुक भाग पाहायचा राहिला असं व्हायला नको!''

''बट्ट्या येईल तुमच्याबरोबर किंवा नारायणला घेऊन जा. आता मला या सुपारीच्या कामाशी युद्ध करायला पाहिजे! शनिवारपर्यंत छकड्याची व्यवस्था व्हायला हवी!''

"त्या दोघांनाही कामं असतील."

"तरीही येईल कुणीतरी एकजण. तुम्हाला एकट्याला इथं वाट सापडायची नाही. जेवायच्या वेळेपर्यंत घरी परतायला नाही जमणार मग –"

"असं असेल तर आज पाहू याच! आज माझ्याबरोबर कुणीच नको. मी एकटाच फिरून येईन तुमच्या गावात." मी हट्टाला पेटलो.

"अरे व्वा! मग स्वारी काटुमूलेला जाणार की, काल-परवा पाहिलेल्या डोंगरावर?"

"पाहिलेल्याच ठिकाणी गेलं तर त्यात माझा कसला पराक्रम? कुठल्यातरी वेगळ्याच भागाला जाऊन येईन. त्यात काय! ज्या रस्त्यानं जायचं, त्याच रस्त्यानं परतायचं. पाऊलवाट लक्षात ठेवायची –"

"– आणि तसेच हत्तीच्या किंवा रानरेड्यांच्या रस्त्याला गेलात तर?"

"– एक नवा अनुभव येईल!"

"अस्सं!"

"हो!" मी ठामपणानं म्हणालो.

"बरं, मग एक कोयता देतो तो घ्या. वेलीच्या जाळ्या कापायला बरं होईल! एक बारची बंदूक घेऊन जा. या गावात लायसन्सची गरज नाही! कुठलंही सरकारी भूत इथं फिरकत नाही!"

"ते खरं असलं तरी बंदूक नुसती कशाला वाहून न्यायची? बार टाकायला यायला नको?"

"एवढे शहरातून आलात! फक्त तोंडचेच बार टाकता काय?" गोपालय्यांनी माझी टर उडवली.

मी हट्टानं निघालो. पोफळीच्या बागेतून बाहेर पडून समोरच्या मैदानाच्या कडेकडेनं पुढे निघालो. नदी आली. तिथून गोपालय्यांच्या बागेचा कोपरा दिसत होता. मी विचार करू लागलो, नदीच्या पलीकडे जावं की या बाजूला? पाण्याचा थंडपणा आठवताच नदी ओलांडायचा विचार सोडून मी पुन्हा मैदानाच्या कडेनं पुढे निघालो. दोन फर्लांग चाललो असेन/नसेन तोच रान लागलं. तिथे मैदानाच्या सुरक्षिततेसाठी केलेलं झुडपाचं कुंपण पाहून मला काय करावं ते सुचेना! हातातल्या कोयत्याकडे लक्ष गेलं. म्हटलं, झाडाच्या फांद्या कापत, झुडपं तोडत, खोडांवर कोयत्याच्या खुणा करत गेलो तर माघारी परतताना त्रास व्हायचा नाही. कसाबसा कुंपणावर चढलो. धोतर फाटलं. पुन्हा उतरलो. पुन्हा चढलो. कुंपणापलीकडे एखादी पाऊलवाट दिसते का ते पाहू लागलो. सभोवताली पाहत असताना उजव्या बाजूला काही जनावरं चरत असलेली दिसली. त्यांच्या गळ्यातल्या लाकडी घंटांचा आवाज ऐकू येत होता.

कुंपणावरून उतरून थोडं माघारी आलो आणि तिथून फुटलेल्या दुसऱ्या रस्त्यानं निघालो. समोर पाहिलं तर वैताग! पुन्हा तीच थंडगार पाण्याची नदी आडवी! नदीच्या पलीकडे एक पाऊलवाट दिसत होती; पण त्या थंडगार पाण्यात पाय ठेवायचा...

मी काळजीत पडलो.

"मी यायच्या आधीच निघालात तुम्ही!" अचानक नारायणचा आवाज ऐकू आला.

"तुम्ही का आलात माझ्या पाठोपाठ? आज मी एकटाच दिग्विजयासाठी बाहेर पडलो होतो! तुम्हाला आज पोफळं सोलायचं काम नव्हतं?"

"हवं तर मी तुमच्या मागून येईन! मग तर झालं? मी आल्यावर मामांनी मला तुमच्या पैजेची कथा सांगितली आणि ते खूप हसले; पण मला म्हणाले, 'तू जा त्यांच्या मागोमाग! ते रानात रस्ता चुकले तर, माझ्यावर कायमचा ठपका येईल!' तुम्ही त्या कुंपणावरून चढून चहूबाजूला पाहून खाली उतरलात आणि माघारी वळलात तेव्हा मी पुढे झालो."

"काय ही माझी फजिती! आणि तुम्ही त्याचे साक्षीदार! तो समोरचा रस्ता कुठे जातो?"

"तो रस्ता? चला, त्याच रस्त्यानं जाऊ या. त्या रस्त्यानं पुढे गेलं की, मामांनी नदीला बांध घालायचं ठरवलं होतं तिथे जाता येतं. पाहण्यासारखा आहे तोही भाग. अजूनही तिथे त्या वेळी लावलेली शंभर नारळाची झाडं आहेत. आता जनावरांनी त्यांची नासाडी केलीय. त्यांची कुणी व्यवस्थित निगराणी केली असती तर ती बागही कशी सुंदर झाली असती! प्रत्येक वर्षी शंभर माडांचे निदान दहा हजार नारळ तर सहज आले असते –"

"मग ते काम असं अर्धवट का राहिलं? तेही गोपालय्यांकडून! कुठलंही काम नेटानं पूर्ण करणारा माणूस तो! मग याच कामात त्यांनी हार का मानली?"

"सहजासहजी हार मानणाऱ्यांपैकी नाहीतच आमचे मामा! पण त्यांना योग्य अशी माणसं मिळाली नाहीत. या भागात येऊन राहायला कुणी तयारच नसतं. कुणी आलं तरी या दिवसांत येतात आणि उन्हाळ्यात निघून जातात. पोफळीच्या बागेच्या नोकरांची ही नेहमीचीच रड आहे. कायमचं इथे येऊन राहिलं तर दहा कुटुंबं सुखानं नांदतील इतकं काम आहे. ही जागाही आमच्या मामांचीच. या पठाराचा विस्तार पाहिला की वाटतं, कधीकाळी... कुठल्या तरी राजाच्या काळी इथं नक्कीच वस्ती असेल! सुब्रह्मण्यच्या भोवताली पूर्वी कधीकाळी सात-आठशे घरं होती म्हणे! आता पन्नास-साठही नाहीत! प्रत्येक वर्षी एकेक घर कोसळतं; पण नवी घरं मात्र कुणीच बांधत नाहीत!"

नारायणच्या गप्पा ऐकता ऐकता आम्ही दोघांनी नदी ओलांडली. गप्पांच्या नादात माझ्या पायाला पाण्याचा स्पर्शही जाणवला नाही. आम्ही पलीकडे गेलो. तिथे काही गुरं चरत होती. मी नारायणला विचारलं, ''ही कुणाची गुरं?''

''मामांचीच. चार देरण्णाचीही आहेत. पलीकडच्या बाजूला मानगौडाच्या घराची मागची बाजू येते. ते पाहा त्याचे बैल. गेल्या वर्षीच त्यानं आणलेत. पाचशे रुपये दिलेत त्यानं! मानगौडाचा जनावरांवर भारी जीव! तो काही देरण्णासारखा नाही. पैसे असले की भरपूर खर्च करतो. आता मात्र हातात फारसा पैसा नसल्यामुळे गप्प बसलाय तो!''

तिथून पुढे जाताच थोडी झाडी लागली. त्यातून एक बैलगाडीचा रस्ता जात होता. त्या रस्त्यावरून एक बैलगाडी चालली होती. ती मानगौडाची असावी असा विचार करून मी विचारलं, ''शनिवारी मानगौडांचीच गाडी जुंपायची काय?''

''त्याची एक छकडागाडी येईलच; पण आणखी एक गाडीही हवीय. खरं तर जत्रेच्या आधी, मानगौडा गाडीला बैल जुंपत नाही; पण मामांचं काम असेल तर तो नकार देत नाही.''

आम्ही तसेच त्या रस्त्यानं पुढे निघालो. पाऊलवाटेनं पुन्हा एका पाण्याच्या प्रवाहापर्यंत आलो.

मी विचारलं, ''ही कुठली नदी?...''

''ही? आपण ओलांडून आलो तीच की! या गावात ही एकच नदी आहे. आपण सरळ रानातून आलो आणि नदी मात्र वळणावळणानं इथे आली. चला, इथंच आहे ती जागा –'' असं म्हणत त्यानं मला नदीजवळ नेलं.

तिथं नदीचं पात्र भरून वाहत होतं; पण तरीही दोन्ही बाजूंना भरपूर मोकळी किनारपट्टी होती. त्यात अधूनमधून दगड आणि गोटे होते. त्यांपैकी काही गोटे हातात घेऊन त्यांच्याशी खेळत मी पुढे निघालो.

एकाएकी समोर पारंब्यांचे चार-सहा खांब दिसले. खांबांची विचित्र रचना पाहून मी विचारलं, ''काय आहे हो हे?''

''मामांच्या कर्तृत्वाची खूण! ते खांब पाहिलेत? पारंब्यांपासून केलेत ते! आत पोकळ भागात छोटे-छोटे गोटे भरलेत – तुमच्या हातात आहेत तसले गोटे. अशा दोन खांबांमध्ये पानं, फांद्या, झुडपं यांचं कुंपण करून त्याच्या बाहेरच्या बाजूला मातीचा बांध घालून आतल्या बाजूनं पाणी साठवलं तर त्यात बरंच पाणी साठेल आणि त्या पाण्यानं शंभरेक एकर जमीन लागवडीखाली आणता येईल, असा मामांचा विचार होता –'' असं म्हणत नारायणनं नदीचा दगडानं बांधलेला काठ, पाण्यासाठी खोदलेले कालवे आणि त्या कालव्यांच्या काठचे शेकडो माड दाखवले!

आम्ही पठारावर हिंडून पाहत होतो. किती विफल प्रयत्न हा! नारायण म्हणाला

होता, हे सर्व व्यवस्थित झालं असतं तर शंभर एकर जमिनीत भाताचं पीक काढता येईल; पण माणसाच्या तोंडी इतका तांदूळ पडायचा योग्य नव्हता हेच खरं!

"मामांच्या मनात निदान दहा एकरांत ऊस लावून, गुऱ्हाळ करून गूळ करायचा होता. दोन वर्षं त्यांनी गूळ केलाही; पण ही जागा आहे फार मोठी; त्यामुळे ते अशक्य व्हायला लागलं. एकही माणूस इथे राहायला तयार नव्हता. रानातल्या प्राण्यांचा त्रास तर काही विचारू नका! त्यामुळे त्यांना ही आशा सोडावी लागली आणि आता फक्त सरकारला सारा भरण्याची वेळ आली आहे. एकदा ते मला म्हणाले, 'काटुमूले आणि माझी बाग हे दोन्ही तू पाहणार असशील तर काहीही करून इथे मी उसाची लागवड करेन. इथंच राहीन. नोकरांना इथे राहायला घरं बांधून देईन. भात आणि ऊस पिकवेन. सगळे चकित होतील असं पीक उभं करेन.' मी मात्र नाही म्हटलं. आपल्याला नाही जमायचं ते! अहो, मामांची छाती निधडी. मला कसं जमेल ते? एका दिवसात ते जितकं काम करतात, तेवढं माझ्या हातून व्हायला चार दिवस लागतात. माझ्या हातून काटुमूले आणि घराजवळची बाग कशी पाहिली जाईल?"

"इथं बसू या?" मी विचारलं.

तिथली ती मोकळी जागा आणि त्यावरची मखमली हिरवळ पाहून मला त्यावर पहुडण्याचा मोह झाला. डोक्याला गुंडाळलेला पंचा काढून, तो अंथरून मी त्यावर पहुडलो. पुन्हा वाटलं, इतकी सुंदर हिरवळ असताना, त्यावर पंचा अंथरण्याचा करंटेपणा का करायचा? मी लोळण घेत नुसत्या गवतावर झोपलो.

नारायण म्हणाला, "तो कोयता इकडं द्या पाहू. पाहू या तर काही फलाहाराची व्यवस्था होते का!"

"इथं कसला फलाहार? इथं आपला गवताहार! आमच्या गावची सगळी भाकड गुरं इथे सुखाने जगू शकतील."

"– आणि वाघ नाही का खाणार त्यांना?" म्हणत नारायणनं माझा कोयता घेतला आणि निघून गेला.

या दिवसांत इथं काय मिळणार? आंबे? फणस? आवळे? मी या विचारात असतानाच नारायण तिथे येऊन म्हणाला, "पाहिलीत आमच्या मामांची दूरदृष्टी! कधीकाळी लावलेली पेरूची झाडं, त्यांचा उपयोग आज झाला पाहा! पेरूमुळे अजीर्ण होतं म्हणतात; पण एखादा खाल्ला तर काही होणार नाही." म्हणत त्यानं माझ्यासमोर आठ-दहा पेरू ठेवले.

आमचा फलाहार सुरू झाला. पोटातल्या भुकेची आता कुठे जाणीव झाली होती. ऊन भरपूर असलं तरी दमणूक जाणवत नव्हती. मी तल्लीन होऊन आजूबाजूला पाहत होतो.

नारायण म्हणाला, "खरं तर मी आलो होतो एका कामासाठी, थोडं बोलायचंय म्हटलं होतं ना? - अं? - तुम्ही काही गैर समजणार नसलात तर सांगतो –"

पेरूचा तुकडा माझ्या तोंडात घोळत होता. दाढांखाली त्यातील बिया दबल्या जात होत्या. त्यातच नारायणची अपरिचित समस्या सामोरी येत होती! काय सांगणार हा?

"सांगा तर खरं!" म्हणत पेरू चघळत मी त्याचं बोलणं ऐकू लागलो.

पण नारायण बोलावं की बोलू नये या विचारात घुटमळू लागला. मी त्याला म्हटलं, "सांगा ना, काय बोलायचं होतं? तुम्ही काय सांगणार आहात त्याची मला काहीच कल्पना नाही. तुम्ही सांगितलंत तर मला जमेल तसं मीही त्यावर काहीतरी सांगू शकेन."

अखेर नारायण बोलू लागला, "तुम्हाला आमच्या मामांच्या मुलाविषयी काही समजलंय? तो कुठे आहे, काय करतो ते ठाऊक आहे?"

"मला कसं ठाऊक असणार ते?" मी चकित होऊन विचारलं.

"मला वाटलं, तुम्ही बऱ्याच ठिकाणी फिरला असाल, बऱ्याच लोकांशी तुमची ओळख आहे म्हणे! प्रवासात कुठेतरी तुम्हाला भेटला असेल!"

"भेटला असेल किंवा नसेल; पण तोच हा असं कसं समजणार? आता मीही थोडा गोंधळातच आहे. कुठेतरी अशा कुणाला भेटलो होतो; पण ती व्यक्ती कोण या विचारानं डोकं पिकलंय माझं. नेमकं काही आठवत नाही आणि काही आठवेल असं तर वाटतंय."

"तुम्ही मुंबईला जाऊन आलात ना? तो मुंबईलाच असतो म्हणे!"

"अहो, तुम्हाला काय वाटलं? मुंबई म्हणजे तुमच्या सुब्रह्मण्यचा बाजार? बारा लाखांपेक्षा जास्त माणसं राहतात तिथे! या घरातल्या लोकांना पलीकडच्या घरातल्यांची माहिती नसते!– काही का असेना! पुन्हा मुंबईला गेलो तर त्याचा काहीतरी ठावठिकाणा समजू शकेल, असं मात्र वाटतं! त्या माउलीचं दुःख पाहून माझे डोळे पाणावतात. एकदा तरी तो येऊन आई-वडिलांना भेटून जाईल तर बरं! तो इथंच राहावा अशी तुमच्या मामांचीही अपेक्षा दिसत नाही. त्याच्या आईला मात्र तशी आशा वाटते; पण तो कुठे नोकरी करतो आणि ती नोकरी तो सोडेल का हेही प्रश्न आहेतच. गेल्या दहा वर्षांत तो इथे अजिबात फिरकला नाही, त्या अर्थी त्याच्या मनात आई-वडिलांविषयी उदासीनताच असावी; पण असं का व्हावं?"

नारायणचा चेहरा खर्रकन उतरला.

"तेच तर सांगायला आलोय. माझ्या बायकोच्या तोंडून सांगू नये ते बाहेर पडलं म्हणे! मला तिने सारं सांगितलंय. हे सगळं मामा-मामीच्या कानांवर मात्र जाऊ नये. देवाची आण आहे – तो कितीतरी वेळा मी नसताना घरी येत असे आणि माझ्या

बायकोला त्रास देत असे. आमची मधल्या मध्ये कुचंबणा! त्याच्या वडिलांनी मला सांभाळलंय. आता आम्ही काही सांगितलं तर मीच खोटं-नाटं उठवतोय असा अपवाद यायची भीती. बरं, नाही सांगावं तर त्रास सोसावा लागे.''

"ही हकिकत गोपालय्यांना सांगून मी त्यांच्या दु:खात मुळीच भर घालणार नाही याची खात्री असू द्या; पण तुम्ही खरोखरच का नाही सांगितलं हे मामांना? वेळीच सांगितलं असतं, तर त्यांनी मुलाला समज नसती का दिली?''

"मलाही तसं वाटायचं काही वेळा; पण कसं सांगायचं? तुमच्या मुलानं माझ्या बायकोवर हात टाकला म्हणून मामांजवळ चहाडी करायची? मामींना सांगायचं? अखेर विचार करून मी मामांना म्हटलं, 'आता माणिचं लग्न करायला हवं. योग्य मुलगी मिळेल. नाहीतर त्याचा रस्ता चुकायचा!' याहून अधिक काय सांगणार हो मी तरी?''

"तुम्ही योग्यच केलंत; पण त्यांना त्याचा नेमका अर्थ समजला नसेल. तो आपणहोऊन 'माझं लग्न करा' म्हणत नाही म्हणून त्यांनी त्याच्या लग्नाचा विचार सोडून दिला असेल.''

"खरंय! आता मला मामांनी लग्नाचं विचारलं, तेव्हा मीही नकोच म्हटलं होतं की! लग्नाची इच्छा अगदी गळ्यापर्यंत आली तरी लाज नावाची एक चीज आहेच ना! याशिवायही या माणिचे इतर पराक्रम बरेच आहेत. ते सगळे मामांना समजले असते, तर मामांनी मुलाला ठारच केलं असतं! आमच्या मामांना क्वचित राग येतो; पण एकदा राग आला तर मात्र त्यांना कुणीच आवरू शकत नाही. संतापाच्या भरात ते काय करतील ते सांगता येत नाही. मला तर वाटतं, वडिलांना आपले पराक्रम समजले असतील या भीतीमुळेच तो इथं येत नसावा!''

"म्हणजे तुम्ही गोपालय्यांना सगळं सांगितलं असेल, असा त्याला संशय आला असेल का?''

"शेवटी शेवटी तो आम्हा दोघांवर जी आग पाखडायचा त्यावरून असं वाटतं खरं! — त्यामुळेच आणखी एक भीती वाटते मला!''

"ती कसली?''

"तुम्हाला वाटेल, हा नारायण किती स्वार्थी आहे! —''

"ज्याला स्वार्थ नाही असा कुणी या जगात नाहीच. स्वार्थाशिवाय जगणंच अशक्य आहे.''

"म्हणूनच सांगतो तुम्हाला! परवा बोलता बोलता तुम्ही विचारलंत 'ही जमीन तुम्हाला कसायला दिलीय का' म्हणून. इतके दिवस याविषयी काही प्रश्नच आला नव्हता. मी त्यांच्या मुलासारखाच असल्यामुळे कागदपत्रांचा प्रश्नच आला नाही; पण आता कधीतरी माझी बायको म्हणते — मलाही तसंच वाटतं...''

"काय?"

"काही नाही म्हटलं तरी आता माझ्याकडे दोन हजार रुपये साचलेत. त्यातून स्वत:च्या मालकीची वीतभर जागा घ्यावी म्हणतोय."

"काय? एवढ्यात मामांना विसरताय? त्यांना मुलाचं दु:ख तर आहेच. म्हातारपणी दोघांपैकी एकजण गेल्यावर कसं व्हायचं या काळजीत ते दिसताहेत. वय झाल्यावर असे विचार येणं साहजिकच आहे. ते काही मरणाला घाबरत नाहीत; पण एकटे राहायला घाबरतात आणि अशा वेळी तुम्ही त्यांना सोडून जाणार?"

"मलाही असंच वाटतं आणि तिलाही म्हाताऱ्या सासूची सेवा करायची आहे; पण तरीही... आता हे पाहा, आता त्यांचा मुलगा परक्या गावात आहे. ते वारले तर तो इथं आल्याशिवाय राहणार नाही. त्या वेळी त्यानं काही मागचा पुढचा विचार न करता माझ्यावरचा राग काढण्याकरता आम्हाला इथून हाकलून दिलं तर? त्या वेळी नवी वेगळी जागा शोधत कुठे जायचं?"

"पण त्यांचा मुलगा - शंभू नाही का त्याचं नाव - असं करेल?"

"त्याच्या दृष्टीनं आम्ही उपटसुंभच! त्याच्या रागाचं कारणही मी सांगितलंय तुम्हाला. मला तर अशी शक्यता खूपच वाटते. माझी बायको बाळंतपणासाठी मामांच्या घरी राहिली, त्या वेळी त्यानं बराच दंगा केला होता. एकदा मामांच्या कानावर तो गोंधळ गेला, तेव्हा त्यांनी 'तू माणूस आहेस की कोण?' म्हणून त्याला झापलंही होतं. अशा देव माणसाच्या पोटी शनैश्वर जन्मावा म्हणजे –"

"पण तुम्ही गाव सोडणार असाल तर गोपालय्यांना आधी सांगायला पाहिजे; नाही का?"

"गावच सोडायचं असतं तर एवढा प्रश्न आला नसता! इथं जवळच पंज सीमेजवळ जमीन पाहिलीय मी. थोडक्यात मिळतेय. ती घ्यायचा विचार आहे माझा. मामांना विचारायचं आहे. आज त्या जमिनीचा उपयोग झाला नाही, तरी अडचणीच्या वेळी ती उपयोगाला येईल; पण असं करायचंही धैर्य होईना. काहीच समजत नाही. जमीन विकत घेऊन तिथं निघून जायचं की नुसती जमीन घेऊन ठेवायची?"

"जमीन विकत घेऊन ठेवणं काही गुन्हा आहे, असं मला तरी वाटत नाही. तुम्ही म्हणता त्याप्रमाणे अडी-अडचणीच्या वेळी ती उपयोगाला येईल; पण तरीही मामांना विचारल्याशिवाय तुम्ही हा व्यवहार करू नये असं मला वाटतं..."

"त्यात प्रश्न आहे तो असा – त्यांना विचारलं तर ते म्हणतील, 'इतक्या दूर जमीन घेऊन काय करायची? रोज काही तिची देखभाल करायला होणार नाही.' जमीन कसायला दिली किंवा खंडानं दिली तरी मामांना तिथं जाऊन आल्याशिवाय चैन पडणार नाही. म्हणून एवढ्या लांब कशीही आणि कितीही जमीन असून काय फायदा, असं म्हणाले तर? एकूण काय, शंभूच्या दारात तुकडे मोडण्याची वेळ

येऊ नये एवढीच इच्छा आहे आमची!''

"असं असेल तर मला वाटतं, मी इथं असेपर्यंत तुमचा विचार तुम्ही त्यांच्या कानावर घाला. त्यानंतर जमल्यास तो विषय काढून तुमच्या मामांच्या मनात काय आहे ते काढून घेता येईल; पण एवढ्यासाठी तुम्ही त्यांना सोडून जाऊ नका. मग त्यात तुमचं नुकसान असलं तरी हरकत नाही.''

"खरंय हो! तीन जन्म घेतले तरी फिटणार नाही एवढं ऋण आहे त्यांचं माझ्यावर. दोघंही अगदी देवासारखीच आहेत. देवांनीच जमिनीवर जन्म घेतलाय बघा.''

"तसं नव्हे नारायणय्या, तुमच्या आणि मामांच्या काळात हा प्रश्न आला नाही तरी तुमच्या मुलांच्या दृष्टीनं काटुमूले तुमच्या नावानं करायला मामांना सांगितलं तर कसं? बोलताना ते म्हणत होते, 'ती माझी कमाई आहे आणि नारायणच पहिल्यापासून पाहतोय' असं. तुम्ही विचारलंत तर कुठल्याही अडचणीशिवाय काटुमूले तुमचा होऊन जाईल.''

"तेच तर कठीण आहे. इतरांशी बोलण्याची गोष्ट वेगळी; पण मामांशी कसं बोलायचं? त्यांनी आपल्या मनातलं बोलून दाखवल्याशिवाय मी कसा त्यांना विचारणार? माझ्या अंगी तेवढं धैर्य नाही; त्यामुळेच तर सगळी पंचाईत झालीय.''

"हे पाहा, माझी आणि त्यांची ओळख फक्त तीन दिवसांची आहे. मी कसा त्यांच्या शेताच्या प्रश्नाविषयी त्यांना विचारू? ते काही योग्य होणार नाही. त्यांनी आपणहोऊन काही गोष्टी मला सांगितल्या असल्या, तरी मी त्यांच्या विश्वासाला कितपत पात्र आहे कोण जाणे!''

"आमच्या मामांचा स्वभाव असा आहे. त्यांच्या मनात मुळीच कपट नसतं; पण ते काही बावळट नाहीत. कुणाहीपुढे ते आपली हकिकत सांगणार नाहीत! त्यांना एखाद्याचा स्वभाव पटला की पटला. त्या क्षणापासून ते त्याला भावासारखा मानतात. एखाद्याचा स्वभाव पटला नाही तरी केवळ कर्तव्य म्हणून काहीतरी गप्पा मारायचा त्यांचा स्वभाव नाही.''

"ते त्यांच्या वागणुकीवरून समजतंच!'' मी म्हणालो; पण त्यात गोपालय्यांच्या बरोबर माझंही कौतुक दडलेलं असल्यामुळे मी थोडा लाजलोच.

काय उत्तर द्यावं ते मला समजेना. मी काही करण्यापेक्षा नारायणनं स्वत: काही सांगितलं तर त्याचं काम सहज होईल, असं मला वाटत होतं.

पण नारायणचा स्वभाव पडला थोडा भिडस्त! बलवान आश्रयाखालीच सुखानं जगणारा; पण स्वत:च्या पायावर उभं राहण्याची ताकद नसलेला. जेवढं सांगाल तेवढंच करून सुखानं राहणारा जीव तो!

नारायणच्या बोलण्यावरून मला वाटलं, त्याची पत्नी खेडेगावातली असली

तरी सामान्य स्त्री नसावी. दूरदर्शी स्वभाव, धैर्य हे गुण तिच्या अंगी असावेत. तिच्या धैर्यामुळेच काटुमूलेसारख्या ठिकाणी हत्तींच्या झुंडीत ते राहत असावेत.

मी त्याला विचारलं, "तुम्हाला कामानिमित्त परगावी जावं लागलं, तर तुम्ही बायको-मुलांना काटुमूलेलाच ठेवून जाता?"

"अं? हो! तसा वरचेवर नाही जात; पण गरज पडली, जावं लागलं तर जातो कधीकधी!" आपण सांगतोय ते योग्य की अयोग्य या गोंधळात सापडलेला नारायण पुन्हा आपलं बोलणं सुधारत म्हणाला, "आजूबाजूला असलं जंगल आणि त्यात हत्तींचा त्रास. सोबतीसाठी कुणाला बोलावलं तर येतं म्हणा कुणीतरी. मी घर सोडून कधीच गेलो नाही असं नाही. एक-दोनदा असं झालं की, कामासाठी गेलो आणि तिथंच राहायची वेळ आली. त्या वेळी मात्र कुणालाही सोबतीला न बोलावता ती एकटीच राहिली होती मुलांना घेऊन. कधी बाहेर जाताना तिला विचारलं, 'बड्ड्याला सोबतीसाठी पाठवू का?' तर ती म्हणते, 'कशाला? वाघ काय दरवाजा मोडून घरात शिरतोय थोडाच?' "

"मोठंच धैर्य म्हणायला पाहिजे!"

"आता तुम्हाला खरं सांगायचं म्हणजे तिच्याएवढं धैर्य तर माझ्याही अंगात नाही."

समोरच्या पेरूच्या फोडी संपल्या होत्या. मी म्हटलं, "चला, आता निघू या. उशीर होईल. जाताना तुमच्या मामांच्या उसाच्या मळ्याच्या बाजूनं जाऊ या. नुसतंच रिकामं भटकून, पेरू खाऊन माघारी जाणं काही बरोबर नाही."

नारायणलाही जणू तेच हवं होतं. त्यानं मला नदीच्या काठानं सगळीकडे फिरवून नांगरलेली जमीन, लागवडीसाठी केलेले वाफे, खोदलेले पाट वगैरे दाखवले. मधोमध लावलेली नारळाच्या झाडांची रांग माझ्या दृष्टीस पडली. ते सगळं पाहून मी चकितच झालो. मी विचारलं, "इथं किती वर्षं तुमच्या मामांनी उसाची लागवड केली?"

"दोन किंवा तीन वर्षं. त्याच आठवणीसाठी आम्ही याला उसाचा मळा म्हणतो. त्या वेळी इथं असा ऊस पिकला, तसा या भागात कुठंच पिकला नाही; पण काय सांगू तुम्हाला, एके वर्षी हत्तींची झुंड आली आणि तीन एकर ऊस भुईसपाट करून गेली. त्या हत्तींची तर काय चूक म्हणा! एवढं रुचकर खाद्य मिळालं तर ते बरे सोडतील? इथली राखणीची माणसं पळून गेली. त्यानंतरही एक वर्ष त्यांनी इथं ऊस लावला. सावधगिरी म्हणून भरपूर श्रम घेऊन पक्कं कुंपण घातलं. खंदक खणले; पण तरी हत्ती नदी ओलांडून आले आणि उसाची नासाडी करून गेले. तिथे राखणीसाठी उंच मचाणावर बसलेला बड्ड्याचा मुलगा वाचला हेच नशीब! आणि हत्ती काय एकेकटे येतात होय? झुंडच्या झुंड येते त्यांची.

"त्यानंतर मात्र मामांनी इथं ऊस लावला नाही. हत्तींच्या भीतीपोटी कुणी एकटादुकटा इथं राहायला तयार होत नाही. सहा-सात माणसं तरी ठेवायला हवीत. शिवाय कितीही बंदोबस्त केला तरी नदीच्या बाजूनं हत्ती सहज इथं येऊ शकतात. आमच्या घरापासून इथपर्यंतचं अंतरही बरंच आहे."

"बिचाऱ्या गोपालय्यांना किती वाईट वाटलं असेल त्या वेळी! किती हळहळले असतील ते!"

"कुणालाही दु:ख व्हावं असंच नुकसान झालं होतं त्या वेळी. मी तर दु:खानं छाती पिटली! सुरुवातीला मीही बराच ऊस लावत असे; पण अलीकडे फक्त घरापुरताच पिकवतो. इतकं नुकसान झालं म्हणून मला फार दु:ख झालं; पण मामा म्हणाले, 'जे गेलं त्यासाठी इतका त्रास करून घेऊ नये. त्याचा विचारच करू नये.'

"मामी म्हणाल्या, 'यांना तर नेहमी आकाशाला गवसणी घालण्याचीच इच्छा! एवढा मोठा खर्च करून काय फायदा झाला? घराजवळची जमीन असती तर त्यात काही अर्थ होता!'

"मामा हसले. म्हणाले, 'शंकरी, जे आपल्या नशिबात होतं ते आपल्याला मिळालं आणि जे हत्तींच्या नशिबी होतं ते त्यांना मिळालं!'

"मामी आणखी चिडल्या आणि फणकारल्या, 'वर्षभरात ते समजलं ना? मग पुन्हा का राबलात? आपल्या नशिबात केवढं आहे ते समजल्यानंतर पुन्हा का ऊस लावलात तिथे?

"मामा पुन्हा हसले आणि म्हणाले, 'पण शंकरी, आपण उसाची लागवड केली नसती, तर हत्तींना त्यांच्या नशिबातला ऊस कसा मिळाला असता?'

"एवढं नुकसान झालं याचं त्यांना दु:ख झालं नव्हतं असं नाही; पण आपलं दु:ख विसरून पुन्हा उभं राहण्याची धडाडी त्यांच्या अंगात आहे. मला मात्र तीन दिवस झोप लागली नाही." नारायण म्हणाला.

त्या दिवशीच्या अन्नाला आवश्यक तेवढं फिरणं झालं असं समजून, स्वत:च्या नशिबातला त्या दिवशीचा अन्नाचा गोळा खाण्यासाठी मी नारायणबरोबर माघारी निघालो.

आठ

आम्ही गोपालय्यांच्या हत्ती-मळ्यातून – उसाच्या मळ्यातून – परत निघालो तेव्हा बराच उशीर झाला होता. थंडीचे दिवस असल्यामुळे मला तशी दमणूक जाणवली नव्हती; पण माथ्यावर सूर्याचा कडाका जाणवत होता. नदी ओलांडताना उन्हाचा कडाका आणि थंड पाणी या दोहोंची परमावधी अनुभवायला मिळाली.

"इथंच अंघोळ उरकून घेऊ या म्हणजे अंघोळीचं एक काम संपेल." नारायण म्हणाला.

"तुम्हाला अंघोळ करायची तर करा. मी इथंच थांबतो. मी कपडे नाही आणले. घरी गेल्यावरच करेन." मी म्हटलं.

"तेही खरंच. शिवाय तुम्ही परगावचे. थंड पाण्यानं अंघोळ करून ताप ओढवून घेऊ नका. पाणी बदललं की ताप येतो. त्यात हे तर डोंगरातलं पाणी, आम्हाला यामध्ये अंघोळ करायची सवय आहे म्हणा!"

"तशी एकदा या नदीत अंघोळ केलीय मी – तुमच्या मामांबरोबर. उन्हाळा असता तर बरं झालं असतं. या दिवसांत मात्र थंडी वाजते. आम्ही आपली शहरातली माणसं. लाकडासाठी कितीही खर्च झाला तरी आम्ही गरम पाण्यानंच अंघोळ करणार आणि इथं तुम्हाला फुकटचं सरपण मिळालं, तरी तुम्हाला गरम पाणी नको असतं!"

"सगळा सवयीचा परिणाम! आमचे मामा कितीही थंडी असो, या पाण्यात अंघोळ करतात. तसंच किती कढत पाण्यानंही न्हातात."

"हो! त्यांच्या गरम पाण्यानं न्हाण्याची लज्जत मीही चाखलीय! परवा त्यांनी मला अगदी अभ्यंगस्नान घातलं. दिवाळीला सासुरवाडीतही जावयाचं इतकं कौतुक होणार नाही! – पण मला मात्र कधी एकदा त्या न्हाण्यातून मोकळा होतोय असं वाटत होतं! पण ते कसले सोडतात! गरम-गरम पाण्याची संततधार धरली त्यांनी

माझ्या डोक्यावर आणि पाठीवर! मला तर वाटलं, आता डोक्याची कवटी निखळते की काय! या परिसरातली माणसं अशीच न्हातात, असं मी ऐकलं होतं; पण त्याचा खरा अनुभव मात्र इथं घेतला! –''

''दिवाळीवरून आठवण झाली बघा. आम्हा सगळ्यांना त्या दिवशी दोन-दोन हंड्यांची अंघोळ असते. काटुमूलेला आल्यापासून आमची दिवाळी मामांच्याच घरी असते. दिवाळीच्या आदल्या दिवशी आम्ही मामांच्या घरी राहायला जातो. पहाटे उठल्या उठल्या भरपूर पाण्यानं अभ्यंगस्नान करायचं, कांबळं पांघरून मुटकुळं करून बसायचं, दुपारी कडबू-खिरीचं जेवण करून संध्याकाळी घरी परतायचं. आणखी एक गंमत म्हणजे त्या दिवशी मामींना स्वत: मामा न्हाऊ घालतात! ती म्हातारीही घट्ट हं! मामांना दोन हंडे पाणी लागतं, तर मामींना चार हंडे! सवय एकेकाची!''

गप्पा मारत असतानाच नारायणनं कमरेला पंचा कसला आणि तो पाण्यात उतरला. संध्या, जप आणि पाण्यात डुबकी मारणं – सगळं एकाच वेळी उरकून 'ॐ भूर्भुव: स्व:' म्हणत, हातानं पाणी शिंपडत काठावर येऊन अंग पुसत असताना त्याचं वर सूर्याकडे लक्ष गेलं.

''चला आता! बराच उशीर झाला. घाई करायला हवी. मामा जेवणासाठी वाट पाहत असतील –'' असं म्हणत तो चालू लागला.

उंच मानेच्या करकोच्यासारखा तो पुढे निघाला आणि त्याच्या मागून बुटक्या मानेच्या बदकासारखा मी निघालो.

आम्ही घरी पोहोचलो, तेव्हा गोपालय्यांचं पोफळं सोलायचं काम चालूच होतं. बट्ट्याच्या घरची माणसंही सावलीत बसून तेच काम करीत होती.

आम्हाला पाहताच गोपालय्या पटकन उठले आणि पंचा झटकत म्हणाले, ''वेळेवर आलात तुम्ही. आज हट्टानं हे पोफळाचं काम संपवायचं ठरवलं. झालंही बरंच. तुमची अंघोळ झाली नसेल, तर पटकन न्हाऊन या. मीही एक अभिषेक उरकून येतो.''

तिथूनच ते बट्ट्याला म्हणाले, ''बट्ट्या, आता सुपारीचं काम तर झाल्यातच जमा आहे. आमच्या तहसीलदारांचा अजून तीन दिवस मुक्काम आहे. तेवढ्यात वाघ पकडायचा उद्योगही करू या हवं तर. पूर्वीचा काळ असता, तर मचाण बांधून शिकारही केली असती! आता मात्र तेवढी ताकद अंगात नाही. पाहुण्यांना वाघाचा पिंजरा तर दाखवू या! काय, बांधायचा का पिंजरा?''

''तसं करू या. रोज एका जनावराचा बळी देण्यापेक्षा पिंजरा बांधणंच सोयीचं. मला तर वाटतं, तुमच्या लक्ष्मीला खाल्लं तीच जागा त्यासाठी सोयीची आहे. ती जागा आपल्या हद्दीत येते; त्यामुळे फॉरेस्टचीही तक्रार राहणार नाही. गार्डाची स्वारी

जत्रेच्या वेळी गावात आली, तर त्यांच्या नजरेला मात्र पिंजरा पडू देऊ नये एवढंच!''

''तहसीलदारसाहेब,'' गोपालय्या मला म्हणाले, ''हे सरकारवाले म्हणतात, रानात जाऊन वाघाची शिकार करू नका. त्यापेक्षा ते असं का करत नाहीत –''

''– कसं?''

''जंगलातच कुंपण घालून वाघ आमच्याकडे येणार नाहीत असं तरी करावं किंवा वाघांना पकडून प्रत्येक झाडाला एकेक वाघ बांधून त्याला गवत घालून पाळावं!''

बट्ट्या म्हणाला, ''धनी म्हणतात ती फक्त थट्टा नव्हे. या जनावरांपोटी आमची उभी पिकं भुईसपाट होतात आणि आलेल्या उत्पन्नातलं निम्म्याहून अधिक कुंपणापोटी जातं. तुम्ही आता उसाच्या मळ्याकडे गेला होतात तिथली हकिकत सांगितली ना नारायणय्यांनी? ते हत्ती, ते रानरेडे – सगळे सारखेच. ते येतात आम्हाला छळायलाच! पण आम्ही मात्र रानात जाऊन त्यांची शिकार करायची नाही म्हणे! ते गावात येतील तेव्हाच त्यांना मारायचं. कुठल्या मुहूर्तावर ते गावात येणार आहेत, ते आम्हाला कसं समजायचं?''

''ते जाऊ दे बट्ट्या! तू आता लवकर घरी जा आणि जेवून ये. येताना त्या देरण्णालाही सांग – नाहीतर जाताजाताच सांगून जा. एक पिंजरा बांधू या. आज जमलं नाही तर उद्या तरी होईल ना?''

''तुम्ही पिंजऱ्याचं ठरवताय ते ठीक आहे; पण यंदा तरी देरण्णा गौडांना सांगून कल्कुडाची शांत करायला पाहिजे. त्यानंतर पिंजरा लावला, तर वाघ त्यात सापडेल. त्याशिवाय कसा सापडेल?''

''बट्ट्या, त्या वाघाचाच बळी देतो असं तुझ्या देवाकडे मागून घेतलं तर कसं?'' गोपालय्यांनी थट्टेनं विचारलं.

गोपालय्यांचाही त्या कल्कुडावर विश्वास नसावा, असं त्यांच्या बोलण्यावरून दिसत होतं; पण बट्ट्याच्या श्रद्धेला कोण काय करणार?

बट्ट्या म्हणाला, ''जर देरण्णा गौडा कल्कुडाला शांत करणार असतील, तर दोन कोंबड्या देईन मी!''

''बट्ट्या, आम्ही हव्यक ब्राह्मण कोंबडं खात नाही. नाहीतर मी दोन कोंबड्या दिल्या असत्या आणि आमच्या नारायणनं दोन. आता मात्र आम्ही फक्त केळी आणि नारळच देणार.''

बट्ट्या हसत म्हणाला, ''सुरू झाली तुमची थट्टा! नेहमीचंच आहे हे. तुम्ही चेष्टा केलीत म्हणून मीही केली तर कसं चालेल? तुम्ही दिवसातून तीन-तीनदा अंघोळ करता, संध्या करता, पूजा करता; अंगारा लावता. आम्ही जर कोंबडीऐवजी नारळ देतो म्हटलं तर कल्कुडा आमचं डोसकंच फोडेल! ते जाऊ द्या. मी देरण्णा

गौडांना सांगतो. चार-पाच पायली भात लागेल. देरण्णा गौडा यासाठीच रडतात! कसंही करून त्यांना तयार करायला पाहिजे!''

''जा बङ्घ्या! देरण्णाला म्हणावं, भाताचा खर्च माझा. म्हणजे तो नक्की तयार होईल. पैसा खर्च न करता काहीही करायला देरण्णाचा नकार नसतो!'' गोपालय्या म्हणाले.

बङ्घ्या हसत हसत घराकडे निघाला. पुन्हा माघारी वळून म्हणाला, ''देरण्णा गौडांना तर सांगतोच. शिवाय मानुगौडांनाही सांगतो. त्यांना पिंजऱ्याचं सगळं ठाऊक आहे. मागं त्यांच्याकडेही असा एक पिंजरा केला होता.''

''त्या पिंजऱ्याचं मानुगौडानं कोंबड्याचं खुराडं केलं असेल! त्याचं लाकूडही कुजलं असेल आता. तू मानुगौडाला सांग. शिकारीच्या वेळी देरण्णाच्या पुढे असतो तो. त्याच्याकडे एक चांगली काडतुसाची बंदूकही असावी. पिंजऱ्यात वाघ सापडला की त्याला सोडायचं नाही. एकाच गोळीत त्याला मारायला पाहिजे. बिचाऱ्याला छोट्या काडतुसांनी मारून तडफडायला लावू नये.''

त्यांचं बोलणं ऐकत मी न्हाणीघराकडे निघालो.

नारायणनं वाघाचा विषय तिथंच सोडला आणि विचारलं, ''मामा, मळ्यातला खड्डा बुजवायचं काम राहिलंच. त्या कामात चार-सहा दिवस जातील. आपला दूम आणि त्याचा मुलगा तापानं आजारी आहेत. अखेर बङ्घ्याच्याच घरच्यांना हे काम सांगावं लागणार असं दिसतंय!''

''काही का असेना, मी पुत्तूरला जाऊन सुपारीचं काम उरकून येतो आधी –''

''तुम्ही का बरं जाताय? मी गेलो तर नाही का चालायचं?''

''तू जाऊन काम होणार नाही. माझं थोडं वकिलाकडेही काम आहे. येता-येता तेही उरकून येण्याचा विचार आहे.''

''काय काम वकिलाकडे? वकिलाकडेच जाताय तर, बाणबेट्टच्या केंचण्णावर थकबाकीसाठी दावा तरी लावा. त्याशिवाय त्याच्याकडून पैसे मिळायचे नाहीत असं वाटतं. तीन वर्षांचं उत्पन्न तर खाऊनच टाकलंय. आता कसली वसुली होतेय. या वर्षी त्याच्याकडे नांगराला जुंपायला रेडेही नाहीत म्हणे. त्यानं वेळेवर पेरणी-नांगरणी केली नाही आणि इतरांनाही करू दिली नाही तर जमीन पड राहील असं म्हणत होतं कुणीतरी! तुमच्याकडून पन्नास रुपये घेऊन रेडा विकत घ्यायचा त्याचा विचार दिसतोय. तीन वर्षं मी त्याला दातांच्या कण्या करून सांगतोय, कुंपण व्यवस्थित कर म्हणून. म्हटलं, उद्या वाटा द्यायच्या वेळी रानातल्या जनावरांनी खाल्ली म्हणून तक्रार करू नकोस; पण त्याच्या अंगात नुसता आळस भरलाय. महिन्याभरानं एकदा आपली हद्द त्यानं स्वत: हिंडून पाहिली असती तर त्याला आपलं कुंपण कसं आहे ते समजलं असतं.''

"खरंय! केंचण्णा कामचुकार आहे. शेतीची कामं नाही होत त्याच्या हातनं; पण त्याला कोर्टात खेचलं तर फक्त वकिलांचाच फायदा होईल. आपल्याला काहीच मिळायचं नाही. मग त्याच्यावर डिक्री आणून काय करायचं?'' गोपालय्या म्हणाले.

"तसं नव्हे, त्याच्याजवळ तीन-चारशे रुपये असतील असं देरण्णा म्हणत होता.''

"त्या देरण्णावर तू विश्वास ठेवू नकोस. देरण्णाचं केंचण्णाशी कधी बरं होतं? नागा-मुंगसासारखं त्या दोघांचं प्रेम! केंचण्णाकडे या वर्षी पैसा नाही. या वर्षी त्याच्या हातून लागवड होणं कठीण आहे, तरीही त्याला पिटाळून मी काय करू? ती जमीन चांगली आहे; पाणी, गवत, चारा भरपूर आहे. वर्षातून दोन पिकं काढता येतील – सगळं कबूल; पण आतापर्यंत तिथं तो एकटाच टिकलाय –''

"मामा, त्याचा काय फायदा तुम्हाला? अशा माणसाचं राबणं आणि शेत पड ठेवणं; दोन्हीही सारखंच! 'इतकी माणसं आमच्याकडे आहेत' म्हणून मिरवायला त्याला ठेवायचं? त्याला वरचेवर पैसा कर्जाऊ देऊनही फायदा नाही. मला तर काही वेळा वाटतं, मामांना पैसे जास्तच झालेत.''

"बरंय बाबा! मामापेक्षा भाचाच हुशार. हे बघ नारायण, तू एका चांगल्या माणसाला शोधून आण म्हणजे मी या केंचण्णाला हाकून देतो किंवा तो स्वत:च पळून जाईल. या वर्षी तो पैसे मागायला आला की त्याला नकार द्यायचा. बस्स! ठरलं.''

"छान! – मला पाहून कोण येईल कामाला? तुमच्याच भिस्तीवर मी तसं म्हटलं. माझं एकट्याचं काय चालतंय या गावात? पण तरीही रेडा घ्यायला कर्ज नका देऊ त्याला. बुडित खातीच जाईल ते.''

"आधी त्याला येऊ तर दे! जत्रेला दहा दिवसही नाही राहिले आता. आला तर येईल आज किंवा उद्या. नाहीतर आपणच जाऊ फिरत फिरत त्या बाजूला. सुपारीचं काम तर झालं. पाहुणे असेपर्यंत आपली कामं थोडी दूरच ठेवू या.'' गोपालय्या म्हणाले.

एव्हाना माझी अंघोळ झाली होती. त्यांच्या बोलण्यात स्वारस्य वाटल्यामुळे माझे कान तिकडेच होते. त्यांचं अखेरचं वाक्य ऐकून तर त्यांचं आतिथ्य किती मनापासून आहे तेही मला जाणवलं.

न्हाणीघरातून येता येता मी चेष्टेनं म्हणालो, "मलाच द्या ती जमीन. वर्षाला रेडा घ्यायला पन्नास रुपये दिलेत की पुरे.''

"हं! सशाचे कान दिसतात तुमचे. आमचं बोलणं ऐकलंत वाटतं!''

"फक्त मीच कसला ऐकतोय? ते केंचण्णा आपल्या घरी जागे असतील तर

त्यांनीही ऐकलं असेल तुमचं बोलणं.'' मी म्हटलं.

''खरंय! आम्हा हव्यकांचं बोलणंच असं. आम्ही काही मनातल्या मनात बोलायचं म्हटलं तरी हा असला आवाज आमचा. अंघोळ झाली वाटतं. मी आलोच एका मिनिटात. शंकरी पानं वाढ. यांची अंघोळ झाली. नारायण, तुझी अंघोळ झाली ना? आत जा. पाट वगैरे घे. माझी अंघोळ लांबली तर तुम्ही जेवायला सुरुवात करा.''

''तुम्ही आल्याशिवाय ते कसे जेवतील? आज लवकर संपवा तुमची अंघोळ.'' नारायण म्हणाला.

''म्हणजे काय! ते माझ्या पोटासाठी जेवणार आहेत थोडेच? जेवणासाठी इतर कुणाची वाट पाहू नये. आधीच भरपूर उशीर झालाय. लवकर जेवू दे त्यांना. मीही येतो लगेच –'' म्हणत ते न्हाणीघराकडे गेले.

नारायणनं पाट घेतले. पानंही मांडली गेली. आम्ही जेवायला बसत होतो तोपर्यंत गोपालय्या आलेच. ही त्यांची दुसरी अंघोळ असल्यामुळे पटकन संपली. सकाळी अंघोळ आटोपून त्यांनी देव-पूजा केली होती; त्यामुळे आता लवकर अंघोळ उरकून ते आमच्याबरोबर जेवायला येऊन बसले.

जेवताना गोपालय्या प्रसन्न असल्यासारखे वाटत होते. जेवताना ते तोंडभरून पत्नीच्या पाककलेचं कौतुक करीत होते.

जेवता जेवता ते मला म्हणाले, ''यापूर्वी कधी हव्यकांच्या घरी जेवलात?''

''हो, पुत्तूर भागातल्या हव्यकांच्या घरी फारसं जेवलो नाही; पण उत्तर कन्नड जिल्ह्यातील हव्यकांकडे जेवलोय.''

''छे! खरे हव्यक आम्हीच. तसं आमचं मूळ गाव उत्तर कन्नड जिल्ह्यातच असेल. सिरशी-सिद्दापूर किंवा गोकर्णकडून आजही इथे मुलींचे बाप चौकशी करीत येतात; पण आमच्यासारखी कायिहुळी करायची असेल तर त्यांना कोलांटउडी मारावी लागेल म्हटलं. कायिहुळी इथंच जन्मली. आम्हा हव्यक ब्राह्मणांच्या घरीच.''

''आमच्याकडेही कायिहुळी करतात –'' मी म्हटलं.

माझं वाक्य अर्ध्यावर तोडत गोपालय्या म्हणाले, ''ती कसली कायिहुळी! ती तर कढी. मी तुम्हा लोकांकडे जेवलो नाही असं समजू नका. तीस वर्षांपूर्वी मी आणि शंकरी गोकर्णपर्यंत आलो होतो बैलगाडीनं. आमचा शंभू जन्मला त्याच वर्षीची गोष्ट असेल. त्या वेळी नवस फेडायला गेलो होतो. त्या वेळी बऱ्याच प्रकारचं जेवण जेवलो आम्ही. आमच्या कायिहुळीपुढे तुमच्या कढीची कसली मातब्बरी! नारळ वाचवायला तुम्ही तांदूळ भाजून, वाटून कढीला लावता आणि सगळी चव बिघडवून टाकता. मी कायिहुळीची गोष्ट का सांगितली ठाऊक आहे?''

''का?''

"या भागात सगळेजण अशी कायिहुळी करतात असं समजू नका. खरी कायिहुळी ती आमच्या बळ्ळारी भागाचीच! त्यातही आमच्या शंकरीच्या हातच्या कायिहुळीची चव काय सांगू तुम्हाला?"

ती माउली कायिहुळी वाढत होती खरी; पण पतीच्या कौतुकानं त्या लाजून चूर झाल्या आणि त्यांनी पानाच्या उजव्या बाजूला वाढायची कायिहुळी पानात मधोमध वाढली.

लगेच गोपालय्यांनी पुस्ती जोडली, "पण एवढी रुचकर कायिहुळी तिला नीट वाढायला मात्र येत नाही बघा."

"तुमच्या पत्नी कुंबळे किंवा वीट्ल सीमेकडच्या आहेत ना? मग या कायिहुळीची थोरवी त्याच भागाला पोहोचते, नाही का?" मी विचारलं.

"ती कुठल्या सीमेकडची असली तरी काय झालं? जे शिकवतात त्यांचंच खरं महत्त्व! ती इथं आल्यावर मी स्वत: तिला ही कायिहुळी कशी करायची ते शिकवलंय म्हटलं!"

आपण कायिहुळी करण्यात किती वाकबगार आहोत हे त्यांना सांगायचं होतं, म्हणून त्यांनी एवढा वळसा घालून गोकर्ण यात्रा घडवली तर!

"कायिहुळी करण्यात एवढं कसलं कौतुक? भरपूर नारळ असला आणि कुणी वाटून दिला, घरात चांगलं ताक असेल तर कुणीही चांगली कायिहुळी करू शकेल. आमच्या नारायणची बायकोही छान कायिहुळी करते. माझ्यापेक्षा तिच्या हाताला जास्त चव आहे. काल तुम्ही जेवलात ना तिथे?"

"जेवलो तर! तिथली कायिहुळीही छान होती; पण एवढे पदार्थ केल्यावर आणि सगळेच रुचकर झाल्यावर काय करणार? सगळ्या पदार्थांची चव पाहता पाहता माझं पोट भरून गेलं!" मी म्हटलं.

नारायणचा चेहरा तळलेल्या पापडाप्रमाणे फुलला.

"त्यामागेही एक कारण आहे," गोपालय्या हसत म्हणाले, "अलीकडे आमची शंकरी कंजूस झालीय. हल्ली माकडांचा त्रास कमी झालाय; त्यामुळे घरी फारसे नारळ येत नाहीत. म्हणून तिचा हात थोडा आखडलाय. म्हणूनच सुनेची कायिहुळी सासूच्या कायिहुळीवर मात करून गेली!"

शंकरम्मांना यातला विनोद तितकासा समजला नसावा किंवा परक्यासमोर आपली थट्टा होतेय म्हणूनही त्या संकोचल्या असाव्यात. त्या म्हणाल्या, "तुमच्या जिभेला तृप्त करायचं म्हणजे ब्रह्मदेवच यायला पाहिजे. स्वयंपाकात थोडं काही कमी-जास्त झालं की लगेच म्हणतात – 'तुझा स्वयंपाक अप्रतिम! याचं वर्णन मला पामराला तरी करता येणार नाही. त्यासाठी स्वर्गातल्या देवतांनीच खाली यायला पाहिजे' आणि स्वयंपाक जमला की म्हणतात, 'इतका चांगला स्वयंपाक

केलास तर तुलाच राहणार नाही.' काहीही केलं, कसंही केलं तरी चेष्टा करायचा स्वभाव आहे यांचा! कसा स्वयंपाक करावा तेच समजत नाही.''

''जाऊ दे गं! त्याशिवाय तुला कसं समजणार स्वयंपाक कसा झालाय ते?''

''का? मला काय तोंड नाही खायला?''

''म्हणजे? स्वयंपाक करता करता खाऊन घेऊन नंतर वाढतेस की काय मला? हे बरं आहे की! बघ रे बाबा नारायणा, तुझ्या बायकोलाही ही असलीच सवय असेल.''

''होय, होय! माझं पोटभर जेवण झाल्यावर उरलंसुरलं वाढते तुम्हाला. आता तर झालं तुमचं समाधान?''

''समाधान होऊन काय फायदा? मी स्वयंपाकाला नावं ठेवली तरी तू पोटभर जेवतेसच!''

''का? माझी जीभ आणि तुमची जीभ काय सारखी आहे? एखाद्याला कारलं कडू लागलं, तरी ते कारलं आवडीनं खाणारी माणसं आहेतच ना!''

''पण माझी जीभ आणि तुझी जीभ कुठं वेगळी आहे? पूर्वीच्या काळी पतीचं वाक्य सतीला वेदवाक्य असायचं. मी जर म्हटलं, स्वयंपाक चांगला झाला नाही तर तू त्यावर विश्वास ठेवायला हवा आणि चांगला झालाय म्हटलं तर तसं म्हणायला पाहिजे. तोच धर्म आहे म्हटलं!''

''तर मग त्यासाठी तुम्ही परमेश्वर भट्टांच्या लेकीशी लग्न करायला नको होतं! त्या जनकराजाच्या नातीशी किंवा दुसऱ्या कुठल्यातरी देवाच्या मुलीशी लग्न करायला पाहिजे होतं. म्हणजे फिरून परत आला असता तो पूर्वीचा काळ!'' शंकरम्मा ठसक्यात म्हणाल्या.

मला तर त्या वृद्ध दांपत्याच्या गप्पा आणि कलहच जेवणापेक्षा अधिक रुचकर वाटला. या उतारवयात हे प्रेम, हा उत्साह आणि ही विनोदबुद्धी आहे तर या जोडप्याचं भर तारुण्य किती रसपूर्ण असेल? त्याच वेळी मला आणखी एक गोष्ट जाणवली. ती म्हणजे, अविवाहित लोक आयुष्यातील एका अबोध आनंदाला पारखे होत असावेत.

जेवण झालं. विडे खाण्याच्या कार्यक्रमासाठी आम्ही सिद्ध झालो. आम्ही ओसरीवर आलो तेव्हा शंकरम्मांचं स्वयंपाकघरात जेवण चाललं होतं.

त्यांचं जेवण अर्धवट झालं असतानाच गोपालय्यांनी हाक मारली, ''शंकरी, तू सभेत नसलीस तर सभा रंगत नाही. माझ्या गळ्यातून तर पानच उतरत नाही!''

''तुमच्या गळ्यातून भोपळाही उतरेल! माझं जेवण व्यवस्थित होऊ नये म्हणून हा तुमचा खटाटोप!'' शंकरम्मा आतूनच म्हणाल्या.

तांबूल सेवन संपून आमचं नस्यसेवन सुरू होतं त्या वेळी, शंकरम्मा बाहेर

आल्या. त्यांच्याकडे पाहत गोपालय्या हसत म्हणाले, ''शंकरी, ऐकलंस का? विलायतेत बायका सिगारेट ओढतात म्हणे! त्या दिवशी आणलेल्या गॅझेटवर होतं त्यांचं चित्र.''

गोपालय्यांनी आता हा विषय का काढला असावा ते मला समजलं नाही.

''ते तर चित्र होतं. चित्रात काय काहीही काढतील. कुठलीही बाई सिगारेट-बिडी ओढणार नाही.'' शंकरम्मा निक्षून म्हणाल्या.

''तसं काही नाही! –'' मी मध्येच म्हणालो, ''काहीजणी ओढतात. परदेशात तर सर्रास ओढतात.''

''शी! त्या कसल्या बायका!'' शंकरम्मांनी नाक मुरडलं.

''तू नाही का पुरुषांसारखी तपकीर ओढत?'' गोपालय्या म्हणाले.

आता कुठे मला त्यांच्या बोलण्याचा रोख समजला!

''या गावच्या पुरुषांनी तपकीर ओढायला सुरुवात केल्यामुळे इथल्या बायकांनाही ती सवय लागली. तसंच त्या गावच्या पुरुषांनी सिगारेट ओढून बायकांना बिघडवलं असेल.'' शंकरम्मा म्हणाल्या.

गोपालय्या माझ्याकडे वळून म्हणाले, ''पाहिलंत ना? अखेर आमची शंकरीच जिंकली.''

त्या दुपारी मात्र शंकरम्मांनी आम्हा सगळ्यांसमोर तपकिरीच्या डबीला हात लावला नाही. त्यांनी गोपालय्यांना समर्पक उत्तर दिलं असलं, तरी आम्हासमोर तपकीर ओढण्याची त्यांना लाज वाटली असावी.

''जेवण व्यवस्थित झालं ना? आता तुम्ही एक मस्तपैकी झोप काढा. आम्ही जंगलात पिंजरा बांधायला जातो. पिंजरा तयार झाला की तुम्हाला निरोप पाठवतो.'' गोपालय्या म्हणाले.

''कसा बांधतात हा पिंजरा?''

ते पिंजऱ्याची तपशीलवार माहिती सांगत होते, त्या वेळी माझ्या डोळ्यांवर झापड आल्यासारखं मला वाटू लागलं. माझं अंग तापू लागलं.

''मी झोपतो,'' मी कसंबसं म्हटलं आणि झोपण्यासाठी उठू लागलो. अंगात थंडी भरली आणि माझे दात वाजू लागले.

''नारायणा, त्यांना कांबळं देना रे बाबा! आमच्या गावचा देव त्यांच्या अंगात शिरलाय! आपल्याला त्याची सवय आहे; पण यांचा हा पहिलाच अनुभव असेल.''

एव्हाना माझ्या अंगात चांगलीच हुडहुडी भरली. श्वास गरम जाणवू लागला. डोळे मिटल्यासारखे होऊ लागले. मी कसाबसा उठून तिथे अंथरलेल्या चटईवर झोपलो.

गोपालय्यांचा चेहरा उतरला. इतका वेळ चाललेला हास्यविनोद मावळून गेला.

घरी आलेल्या पाहुण्यांना असं का झालं अशी चिंता गोपालय्यांच्या चेहऱ्यावर पसरली; पण माझ्यासमोर हे दाखवू नये म्हणून ते म्हणाले, "काही काळजी करू नका! एक झोप काढा. शंकरी स्ट्राँग कॉफी करून देईल ती घ्या. कॉफीबरोबर कोयनेल घ्या म्हणजे झालं. आहे घरात! इथे घरात नेहमीच ठेवावं लागतं कोयनेल."

मी एक प्रकारच्या गुंगीतच होतो. जगाकडे दुर्लक्ष करून मी थंडीलाच कवटाळून झोपलो. बर्फाचे खडेच्या खडे गिळलेल्या माणसालाही इतकी थंडी वाजणार नाही. गरम कॉफी प्यायल्यावर थोडं बरं वाटलं, तरी पोटातली कॉफी थंड होताच पुन्हा थंडी वाजू लागली. अंगाचं मुटकुळं करून मांजराच्या पिल्लाप्रमाणे अंग आखडून मी झोपलो.

बङ्घ्या आणि देरण्णा घरी आले तेव्हाही मी जागा होतो. ते सगळे वाघाचा पिंजरा बनवायला निघाले होते; पण मला सोडून जाणं बङ्घ्याच्या आणि गोपालय्यांच्या जिवावर आलं होतं.

मीच त्यांना म्हटलं, "साधा थंडी-ताप आहे हा. तुम्ही जा पिंजरा बांधायला. मलाही नंतर वाघाची शिकार पाहायला मिळेल."

बङ्घ्या गोपालय्यांना म्हणाला, "आपण इथं थांबून तरी काय करायचं? ताप उतरल्याशिवाय गोळीही देता येणार नाही."

अखेर सगळेजण निघाले. जाता जाता त्यांच्या कल्कुड देवाच्या कोपाच्या गोष्टी अर्धवट कानावर आल्याची पुसट आठवण राहिली.

मुलांना घेऊन निघताना नारायण माझ्याजवळ येऊन म्हणाला, "पुन्हा येईन संध्याकाळी."

"बरं." मी मिटल्या डोळ्यांनीच म्हटलं.

त्यानंतर मला बराच वेळ झोप लागली असावी. तेही बरंच झालं म्हणा! नाही तर आणखी कितीतरी थंडी सहन करावी लागली असती, कोण जाणे!

मला जाग आली, त्या वेळी संध्याकाळ होत आली होती. माझ्या अंगातून घामाच्या धारा वाहत होत्या. अंगावरचे कांबळे लाथाडून मी उठून बसलो आणि घाम पुसू लागलो.

"कॉफी आणू का?" असं विचारत बाहेर आलेल्या शंकरम्मांनी मला घाम पुसत असलेलं पाहिलं. "थांबा मी पुसते." असं म्हणत त्यांनी एक पंचा आणला आणि त्या माझं अंग पुसू लागल्या.

त्या माउलीची ती माया पाहून मी संकोचून गेलो आणि म्हणालो, "नको, नको!"

माझं काहीही न ऐकता त्यांनी माझी पाठ पुसून कोरडी केली आणि माझ्या हातात पंचा देत म्हणाल्या, "आता तुम्ही घ्या पुसून."

गरमगरम कॉफी पोटात गेली. थोडं बरं वाटलं. शंकरम्मांनी क्विनाइनची गोळी दिली आणि म्हणाल्या, “घ्या, काही होणार नाही. डोळे मिटून गिळून टाका!”

मी त्यांचं ऐकून एकदाची गोळी गिळली खरी; पण त्यासाठी बराच वेळ मानसिक तयारी केली असावी!

पुन्हा घाम आला. पुन्हा अंग पुसलं. तसाच उठलो. अंगणात उतरून तिथे फिरू लागलो.

“तसे फिरू नका! थंड वारं अंगाला लागेल.” त्या म्हणाल्या.

मी अंगात बनियन घातला. एक चादर अंगभर पांघरून मी अंगणात फिरू लागलो.

“देवाची कृपा! आता पुन्हा ताप येणार नाही. इथल्या नदीत तुम्ही अंघोळ केलीत ना म्हणून ताप आला तुम्हाला. उद्या मात्र तिथं अंघोळ करू नका.” शंकरम्मा म्हणाल्या.

मी यावर काहीतरी म्हणणार होतो, त्याच वेळी जंगलात गेलेली माणसं परतली. येता येता नारायण म्हणाला, “वाघोबादादासाठी बंगला बांधला बरं का!” माझ्याकडे पाहत तो आनंदानं म्हणाला, “छान! ताप उतरलेला दिसतोय!”

“कोयनेल घेतलं ना? आता नाही ताप येणार तुमच्या वाटेला,” गोपालय्या म्हणाले.

बट्ट्या आणि देरण्णाही थोड्या अंतरावर उभे होते.

गोपालय्या म्हणाले, “बट्ट्या, अंधार होण्याआधी अश्वमेधाचा घोडा तेवढा शोधून बांधायचा राहिला!”

“घोडा?” मी विचारलं.

“एक मरतुकडं कुत्रं हवं ना! काही आहार ठेवला नाही तर व्याघ्रराज कसे फिरकतील? अर्थात, कुत्रं ठेवलं तरी ते येतीलच याची खात्री नाही म्हणा!”

“येईल हो! नक्की येईल!” देरण्णा म्हणाला, “काल माझ्या खोपटाजवळ हंबरत होता –”

“हंबरत होता? ती काय गाय आहे हंबरायला?” गोपालय्यांनी थट्टा केली.

त्या दिवसापुरते सगळे पांगले. नारायणही आपल्या घरी गेला. गोपालय्यांची संध्याकाळची अंघोळही झाली.

“चला आता जेवायला.” ते म्हणाले.

“नको, मला भूक नाही.” मी म्हटलं.

“धत्! भूक नसायला काय झालं? या तापात पोट रिकामं ठेवू नये. भरपूर जेवलं की काही त्रास होत नाही. शंकरीनं डाळीचं सार बघा किती छान केलंय. फक्त सारभात खाऊन घ्या. ताक मात्र नको. त्याऐवजी दूध प्या आजचा दिवस.”

शंकरम्मा म्हणाल्या, ''हेच का तुम्हा शहरातल्या मुलांचं धैर्य? एवढासा ताप आला तर जेवण टाळायचं? ते नाही चालायचं. थोडा सारभात खायलाच हवा. जिभेला काही चव समजणार नाही, पण थोडं लोणचं तोंडी लावलंत तर तोंड स्वच्छ होईल. या तापात असं उपाशी राहू नये.''

''हं! तुमच्या गावच्या तापावर तुम्हीच वैद्य!'' असं म्हणत मला जेवायला उठावंच लागलं.

माझं शरीर गळून गेल्यासारखं वाटत होतं. समोरच्या पानातला प्रत्येक घास क्विनाइनसारखा कडूजहर वाटत होता.

माझा वेडावाकडा चेहरा पाहून शंकरम्मा म्हणाल्या, ''का बरं? जिभेला चव नाही? हे काय! तुम्ही लोणच्याला तर हातच नाही लावला? अगदी खमंग लोणचं आहे बाळकैरीचं. थोडंसं चाखलंत तरी भात आपोआप पोटात जाईल.''

माझी समजूत काढल्याच्या सुरात गोपालय्या म्हणाले, ''लोणचं करण्यात आमच्या शंकरीचा हात कुणी धरणार नाही बघा. चार घटकांसाठी ब्रह्मदेवाची खुर्ची तिला मिळाली, तर लोणच्यासाठी वेगळी कैरी करेल ती.''

शंकरम्मांना हसू आलं. त्या म्हणाल्या, ''उगीच एवढी वर्षं वाढलात तुम्ही. इतकी सगळी वर्षं गेली मातीला.''

''शंकरी, मातीला नव्हे. आपण ब्राह्मण ना? 'राखेला' म्हण!''

शंकरम्मा एकदम चिडल्या, ''काहीतरीच अशुभ का बोलायचं ते?''

''तसं नव्हे शंकरी! मला कितीतरीजणांनी सांगितलंय, यानंतर तीनशे वर्षं जगणार आहे म्हणे. तोच हिशेब करत होतो. इतकी वर्षं जगायचं म्हणजे किती तांदळाची व्यवस्था करावी लागेल?'' गोपालय्या म्हणाले.

सगळेजण हसले. कसंबसं माझं जेवणही संपलं. आम्ही हात धुऊन ओसरीवर येऊन बसलो.

ताप उतरला असला तरी मी तितकासा उत्साहात नव्हतो. माझी मरगळ हटवण्यासाठी गोपालय्यांचे प्रयत्न सुरू होते.

त्यांनी विचारलं, ''दुपारी तुमची झोप झालीय. आता नाही ना झोप येत?''

''नाही, शिवाय दोनदा कॉफी झाली.''

''मग एक विचारू?''

''काय?''

''आता तुम्ही सगळीकडे भटकत असता. आमच्या दक्षिण कन्नड जिल्ह्यात इतक्या जाती आहेत; त्यातली एक दुसरीसारखी नाही! या सगळ्या जातींत हुशार जात कुठली असं तुम्हाला वाटतं?''

गोपालय्यांचा प्रश्न थोडा विचित्र होता. त्यांच्या विचारण्याचा रोखही समजला

नाही. काहीतरी उत्तर देऊन तोंडघशी पडू नये म्हणून मी विचारलं, ''कुठल्या संदर्भात?''

''तसं नव्हे! एकंदरीत कोण कसं, ते विचारतोय मी!''

''कोण म्हणजे?''

''आता बघा – आपल्यामध्ये सारस्वत, गौड सारस्वत, हव्यक, कोट ब्राह्मण अशा कितीतरी जाती आहेत ना.''

''असं म्हणता होय!''

''हं! मला वाटतं, सारस्वत लोक गावापासून दूर जाऊन नोकरी शोधण्यात हुशार! गौड सारस्वत गाव न सोडता पैसे करण्यात हुशार! हव्यक ब्राह्मण पोफळीच्या बागा करण्यात हुशार! आणि आपले कोट ब्राह्मण कोर्ट-कचेरी, हेवे-दावे करण्यात हुशार. आम्ही हव्यक ब्राह्मणही तुमच्यासारखेच म्हणा!''

''म्हणजे? मी नाही समजलो!''

''आमचे हव्यक ब्राह्मणही कोर्ट-कचेर्‍या करण्यात मागं हटणारे नाहीत हं! त्यांना आपल्या बागेतली सुपारी दिसत नाही! शेजारच्या बागेत मात्र एकाऐवजी दहा-दहा सुपार्‍या दिसतात!''

''म्हणजे?''

''फक्त आपली बाग सांभाळत सुखानं राहत नाहीत ही माणसं! स्वत: राबण्याऐवजी इतरांच्या फायद्यातला वाटा मिळवण्याकडे त्यांची प्रवृत्ती अधिक!''

''आमच्या गावी मात्र असं नाही!''

''मग कसं आहे तुमचं गाव?''

''तुम्ही गोकर्णला जाताना पाहिलं असेल ना! तिथे काही इथल्यासारखे डोंगर नाहीत. सगळी सपाट जमीन!''

''डोंगर नाहीत? सगळी सपाट जमीन?''

''छे! ते तरी कुठलं? सगळे बांधच!''

''म्हणजे? मी नाही समजलो!''

''समजा, एका माणसाकडे पाच सुपं तांदूळ देण्याएवढी जमीन आहे आणि तो मेला, तर दुसर्‍या दिवशी त्याची चार-पाच मुलं प्रत्येकी एकेक सूप तांदूळ घेऊन गप्प बसणार नाहीत. त्याऐवजी कोर्ट-कचेरी करून प्रत्येकाला सूपभर तांदूळ येणारा जमिनीचा तुकडा भांडून मागून घेतील; त्यामुळेच आमच्या गावी शेताऐवजी बांधांनीच अधिक जागा व्यापलीय.''

''म्हणजे कोर्ट-कचेर्‍या झाल्यावर त्या टिचभर शेतात सोंगट्या खेळता येतील!''

''येतील काय! तुम्हाला ती हकिकत ठाऊक असेल ना? अकबर नावाच्या राजाच्या काळी असंच खेळायचे म्हणे! फत्तेपूर नावाचं एक गाव आहे. तिथं

अकबरानं एक मोठं पटांगण बनवलं. रंगीत विटा सोंगट्यांच्या पटाप्रमाणे जोडल्या आहेत. राजवाड्यातल्या दासींना म्हणे रंगीत कपडे नेसवून सोंगट्यांप्रमाणे खेळवत होते. आमचा गावच्या लोकांची तर त्याहून धमाल! त्यांनी अकबरालाच मागे टाकलंय. आपल्या पटावर आपणच सोंगट्या आणि आपणच अकबर!''

गोपालय्यांना हे ऐकून हसू अनावर झालं. शेवटी ते उठले आणि मुखरस रिकामा करून पुन्हा येऊन बसत 'अस्सं!' म्हणत गडगडाट करत हसले. त्यांच्या त्या हसण्यानं रानातले प्राणीही स्तब्ध झाले असतील आणि डोंगरातले धबधबे वरमून क्षणभर थबकून त्यांच्या हसण्याकडे कान देत असतील.

"खरंच! असं असेल तर कायिहुळीसाठी कोट ब्राह्मणांनी आम्हाला खंडणी द्यावी आणि कोर्ट-कायद्यात आम्ही हव्यक ब्राह्मण खंडणी देऊ.''

काही मिनिटं तशीच गेली. मध्येच गोपालय्या म्हणाले, "मला वाटतं, गाव सोडून लांब गेल्याशिवाय अक्कल येत नाही.''

शंकरम्मांनी हे वाक्य ऐकलं आणि त्या बाहेर येऊन म्हणाल्या, "अक्कल येते की नाही कोण जाणे; पण त्यातही फायदा आहे. काहीजणांना आयती बायको मिळते म्हटलं!''

मला हसू आलं. शंकरम्मांनी सकाळचा हिशेब व्याजासह चुकता करण्याची ती संधी सोडली नाही.

गोपालय्याही मनमुराद हसले आणि म्हणाले, "असं असेल तर, तू तपकीर ओढलीस तरी हरकत नाही.''

माझ्याकडे वळून ते म्हणाले, "मी काही फक्त गंमत म्हणून हे सांगत नाही. या सारस्वतांपैकी एकानं तरी आपल्या गावी राहावं! कुठल्या कुठल्या गावी जाऊन त्यांनी नोकऱ्या मिळवल्या. त्यांच्या बायकाही शिकल्या. आज ते एका सुस्थितीला आले आहेत; पण आमचे हव्यक ब्राह्मण अजूनही बापाची इस्टेट लहान करण्यातच गुंतलेत. त्यात काही भर घालतील तर शपथ!''

"ते का? तुमच्यापैकी कितीतरीजण आता डॉक्टर-वकील झालेत ना?''

"तसे शिकलेत हो. खूपच सुधारलेत आमचे लोक; पण ते वकील आणि डॉक्टर होऊन आमच्याच गावचा पैसा लुटतात. दुसऱ्या गावचा पैसा इथं आणत नाहीत.''

"आमचे शिवळ्ळी ब्राह्मण याबाबतीत आणखी बरे म्हणायचे. परगावी जाऊन गावी पैसा पाठवून देतात ते. त्याबाबतीत तुमचे लोक साहस दाखवत नाहीत हे खरं; पण 'अजिबात नाहीत' असंही म्हणता येणार नाही.''

"कोण आहेत तसे?''

"इथले नव्हेत, पण तुमच्यापैकी उत्तर कन्नड जिल्ह्यातले आहेत.''

"छे! ती माणसं तर आमच्याहून बावळट!"

"अगदी बावळट म्हणता येणार नाही; पण इथल्याइतकी बनलेली नव्हेत! त्यांच्यापैकी एकजण मला पुण्यात भेटले होते. शर्म त्यांचं नाव; पी. के. शर्म की पी. एल. शर्म असं काहीसं नाव होतं. अकस्मात भेटले मला. त्याचं असं झालं, पुण्याजवळची कार्ल्याची पुरातन लेणी बघायला मी गेलो होतो; तिथं ते भेटले. त्यांची पत्नीही सोबत होती. माझं त्यांच्याकडे लक्ष गेलं. त्यांनी माझ्याकडे पाहिलं. एकमेकांशी ओळख झाली. मी त्यांना 'मी दक्षिण कन्नड जिल्ह्या'तला असं सांगितलं. ते उत्तर कन्नड जिल्ह्यातले म्हणे; पण त्यांची पत्नी मात्र उत्तर कन्नड जिल्ह्यातली वाटली नाही मला! मला वाटलं, ती मराठी असावी. तिथल्या चित्पावन की कुठल्याशा शाखेतली असावी ती. सुधारलेली होती! साडी नेसणं वगैरे टापटिपीचं! आपल्याकडच्या लोकांसारखं कसंबसं लुगडं गुंडाळलं नव्हतं आणि कपाळभर कुंकूही माखलं नव्हतं!"

"– म्हणजे आमच्या शंकरीसारखी नव्हती म्हणा ना!" गोपालय्या मध्येच म्हणाले.

"तुम्ही तरी का केलीत मग असली बायको?" शंकरम्मा चटकन म्हणाल्या.

गोपालय्या निरुत्तर झाले; पण ते न दाखवता म्हणाले, "जाऊ द्या. तुम्ही पुढची हकिकत सांगा! मला आपला हिचा असा अवतारच आवडतो! लाल काठांचं पालघाट लुगडं, करकचून बांधलेला बुचडा आणि कपाळभर अर्धा मण कुंकू! मला आवडतं ते! पण तुम्ही सांगा पाहू, तुम्ही पाहिलेली बाई कशी होती?"

"फारच नेटकी! दिसायला काही फारशी सुंदर नव्हती. त्यांनी इंग्लिशमध्ये तिची माझ्याशी ओळख करून दिली. त्यांनी खूपच आग्रह केला म्हणून मुंबईहून येताना मी पुण्यात त्यांच्याकडे उतरलो. घर छान आहे त्यांचं. पैसाही बराच मिळवला असावा, असं वाटलं. कसलीतरी एजन्सी की व्यापार करतो म्हणाले ते. घरही नेटकं होतं; पण घरात मात्र तिचाच वरचश्मा असावा असं वाटत होतं."

"म्हणजे आमच्या शंकरीसारखंच!" गोपालय्यांनी पुस्ती जोडली.

"हो हो! आहेच माझा वरचश्मा! पण तुमची जीभही लांब आहे हे विसरू नका!" शंकरम्मा फणकारल्या.

"तीन दिवस होतो मी त्यांच्याबरोबर! त्यांनी मला स्वत: हिंडून पुणं दाखवलं. त्या वेळी त्यांना मूल-बाळ नव्हतं. आता असेल एखादं-दुसरं! त्या वेळी त्यांचं लग्न होऊन चार वर्षं झाली होती; पण दोघांचा संसार मात्र सुखाचा वाटला मला!" मी म्हटलं.

"मग त्यात काय विशेष?" गोपालय्या म्हणाले.

"काही विशेष नाही? परगावची मुलगी मिळवली आणि शिवाय परगावात

पैसाही मिळवताहेत ते! यात काहीच विशेष नाही?''

माझा वार परतवत गोपालय्या म्हणाले, ''त्यांनी मुलगीही मिळवली नाही आणि पैसाही मिळवला नाही. हव्यक मद्दड असतात त्याचाच हा सज्जड पुरावा. अहो, त्या मुलीनं त्याला गटवलं असं म्हणा आणि हा शहाणा गटला! म्हणजे आमच्या कन्नड जिल्ह्याला पैसा तर मिळाला नाहीच, शिवाय कमावता मुलगाही हातचा गेला!''

शंकरम्माही म्हणाल्या, ''तरी जळ्ळ्या मेल्या, परजातीतल्या मुलीला इथं आणण्यापेक्षा तो तिथंच राहिला ते बरं झालं. आता गावी परतला तरी कोण त्यांना घरात घेणार? त्याचं गाव कुठलं म्हणालात? शिरसी-सिद्धापूरकडचं असेल तर तो भाग रामपूरच्या मठाचा भाग. त्यांना कुणी घरात घेणार नाही तिथं! तुमच्या कोटकडचे असतील तर काय करतात कोण जाणे! त्यांचा तसा कुठलाच मठ नाही म्हणा; पण आम्हाला विचारणारे आहेत म्हटलं!''

अखेर गोपालय्या म्हणाले, ''आमच्या शंकरीच्या हायकोर्टात तुमची केस तर डिसमिस झाली. आणखी कुणाची हकिकत ठाऊक आहे तुम्हाला? त्या तुमच्या मित्रानं माझ्यासारखी मुलगी तरी मिळवून आणायला पाहिजे होती किंवा उडप्यांप्रमाणे पैसे तरी मिळवून आणायला पाहिजे होते. आहेत आणखी कुणी माहितीचे?''

''आहेत. उत्तर कन्नड जिल्ह्यातले काहीजण जज्जच्या जागेपर्यंतही चढले आहेत!'' मी माझाच हेका चालवत म्हटलं.

''आमच्या गावात मात्र सगळे सुपारी चेचणारेच.'' ते म्हणाले.

मला हसू आलं.

रात्री बराच वेळपर्यंत अशाच विशेष शेंडाबुडखा नसलेल्या गप्पा झाल्या. तापाचा तर मला केव्हाच विसर पडला होता.

रात्री गाढ झोप लागली. निवांत झोपेनंतर डोळे उघडले, तेव्हा उजाडलं होतं.

नऊ

सकाळी उठलो तेव्हा माझं सगळं अंग ठणकत होतं. एका दिवसाच्या तापानं माझी अशी गत व्हावी? हा मलेरियाचा ताप म्हणजे वरचेवर येणारा ताप. मुदती-मुदतीनं येणारा ताप. आता पुन्हा ताप आला म्हणजे माझं गावाला जायचंही बारगळणार! हे गाव सोडेपर्यंत तापानं डोकं वर काढू नये अशी माझी इच्छा होती. दुपारपर्यंत काही ताप येण्याची शक्यता नव्हती. ताप आलाच तर त्यानंतर येणार.

सकाळी उठलो तेव्हा याच काळजीत होतो मी!

दुपारच्या आत आणखी एकदा गावात फिरून यावं, वाघाच्या पिंजऱ्यापर्यंत जाऊन यावं की मला तहसीलदाराच्या खुर्चीवर कायम करणाऱ्या देरण्णा गौडाची भेट घेऊन यावं... असे विचार मनात घोळवत मी अंगणात उतरलो. एकटाच नदीपर्यंत जाऊन आलो.

नदीत तोंड धुऊन माघारी आलो त्या वेळी बट्ट्या घरी आला होता.

"रात्रभर कुत्रं केकाटत होतं; पण वाघ काही केल्या त्याच्या वाटेला गेला नाही. वाघही शहाणा झालेला दिसतो! आज पाहू या काय होतं ते!" तो म्हणाला.

"तू तिथं पाहून आलास का? यांना घेऊन आता मी तिथंच जाणार होतो. तू तिथूनच आला असशील तर आता घाई करायची आवश्यकता नाही. आता वाघाला मारणंही पुढंच पडलं."

सकाळची कॉफी पिण्याचा समारंभ पार पडला.

गोपालय्यांनी विचारलं, "कसं वाटतंय आज? कालच्या तापामुळे अंग दुखत नाही ना? तुमची इच्छा असेल तर फिरायला जाऊ या. तुम्हाला जमणार असेल तरच हं!"

"म्हणजे काय! एका दिवसाच्या तापानं मी हार मानतो असं वाटलं की काय?" मी उसन्या अवसानानं म्हटलं.

“चला, तर मग. आजही एक सर्किट मारू या! बड्ड्याच्या घराकडून पुढं केंचण्णाच्या शेतापर्यंत जाऊन येऊ. आमच्या नारायणनं काम सांगितलंय. तेही पाहून येऊ या. केंचण्णा तिथली शेती सोडून निघून जाणार आहे असं कुणीतरी म्हणत होतं म्हणे! या खेपेला भातही येणार नाही म्हणे! त्याच्या घरी जाऊन चौकशी करून येऊ या. तिथून येताना वाघाचा पिंजराही दाखवीन. वाघ सापडला नसला तरी आपलं कुत्रं तर दिसेल.”

“चला, जाऊ या.” मी म्हटलं.

“बड्ड्या, तुला काही काम आहे का? हे तुझा बंगला पाहणार आहेत!” गोपालय्या हसत म्हणाले.

आम्ही निघालो. पुढे गोपालय्या, मागे मी आणि माझ्या मागं बड्ड्या अशी आमची वरात निघाली!

नेमक्या त्याच वेळी शंकरम्मा बाहेर येऊन म्हणाल्या, “त्यांना घेऊन जाताय? काल ताप होता ना त्यांच्या अंगात! आज चालून दमणूक झाली आणि पुन्हा ताप आला म्हणजे?”

“काही नाही व्हायचं! इथं बसून कंटाळा येईल मला आणि ताप आला तर सोसायचा!” मी म्हटलं.

“खरं आहे! ब्रह्मदेवानं जे कपाळावर लिहिलंय ते घडणारच! आपण काय करणार?” गोपालय्या म्हणाले.

“हो, हो! ब्रह्मदेव कपाळावर कोयनेलची गोळी खा म्हणून लिहून ठेवतो वाटतं!” त्या म्हणाल्या.

“शंकरी, कुणीच कोयनेल खाल्लं नाही, तर ते तयार करणाऱ्यांची काय गत?” गोपालय्या म्हणाले.

आम्ही अंगणातून बाहेर पडलो. घराच्या मागच्या बाजूच्या डोंगरावर चढून गेल्यावर लागणाऱ्या दोन पाऊलवाटांपैकी डावी देरण्णा गौडाच्या घरी जात होती, तर उजव्या बाजूच्या दुसऱ्या पायवाटेनं डोंगर चढून पुन्हा उतरलं की बड्ड्याचं घर येत होतं.

आम्ही बड्ड्याच्या घराच्या दिशेनं निघालो. काही अंतर चालून गेल्यानंतर दुडी वाजवल्याचा आवाज कानावर आला.

“कोण वाजवतंय?” मी विचारलं.

“माझी नातवंडं. सकाळपासून दुसरं काही काम नसतं त्यांना! दुडी वाजवायचाच तेवढा उद्योग! आता ऊन पडलं की धन्यांची गुरं घेऊन चारायला जातील. तोवर पोटात शिळा तुकडा पडला नाही म्हणून दुडी वाजवताहेत झालं!”

त्याचं बोलणं ऐकून मला हसू आलं.

“बङ्ग्या, तुला किती मुलं? आणि किती नातवंडं?” मी विचारलं.

“दोन मुलं होती, देवा! पण देवानं त्यांना नेलं. आता घरात आहेत ती मुलीची चार मुलं. जावई घाटावर गेलाय कमवायला. सगळे इथंच राहिले तर पोट कसं भरेल?”

आम्ही बङ्ग्याच्या घराजवळ गेलो. आम्ही जवळ जाताच दुडीचा आवाज थांबला. अंगणात बसून दुडी वाजवणारी मुलं पळत नजरेआड झाली.

गोपालय्या मला घेऊन बङ्ग्याच्या घराजवळ गेले.

त्या झोपडीजवळ चार-सहा केळीची झाडं होती. एक-दोन पेरूची झाडं होती. मधल्या जमिनीच्या तुकड्यावर रताळी आणि इतर भाज्यांची रोपं होती.

“इथं कुणी आमच्या बङ्ग्यासारखा भाजीपाला पिकवत नाही. इथंच काय, सुब्रह्मण्यच्या ब्राह्मणांकडेही असा भाजीपाला पाहायला मिळणार नाही. हा बङ्ग्या काही इतरांसारखा नाही.”

“काय सांगू देवा! धन्यांनीच असं कर आणि तसं कर, वेळप्रसंगी उपयोगाला येईल असं सांगितलं. माकडं आणि खारींच्या तावडीतून वाचलं तर मिळतं थोडंफार. आता ही रताळी पाहा. काही वेळा तीच उपयोगाला येतात. नुसता तांदूळ खाऊन कसं जगायचं? थोडी नाचणीही पेरलीय!”

गोपालय्यांनी सांगितलं होतं, बङ्ग्या त्यांचा पिढीजात शूद्र नोकर आहे म्हणून; त्यामुळे मी त्याला विचारलं, “बङ्ग्या, तुझ्या घरची माणसं इथं कधी आली?”

“आम्ही इथलेच देवा! माझे आजोबा-पणजोबाही इथंच जन्मले. आमचं जुनं देऊळ इथंच; ते पलीकडच्या बाजूला आहे. माझी मुलं मेली म्हटल्यावर ती जागा चांगली नाही म्हणून मी इकडं राहायला आलो.” तो म्हणाला.

आम्ही तिघं तसेच पुढे गेलो.

दोन टेकड्या चढून उतरल्यावर छोटीशी सपाट जागा लागली. हिरव्यागार गालिचासारखं छोटंसं मैदान, इकडे तिकडे एखाद-दुसरी गवतानं शाकारलेली झोपडी दिसत होती. आजूबाजूचं कुंपण विस्कळीत झालं होतं. जमीन ओस पडली होती. तिची फारशी काळजी घेतलेली दिसत नव्हती. घराजवळ दोन रोड जनावरं चरत होती.

नारायणनं सांगितलेलं केंचण्णाचं घर हेच असावं असं मला त्या सगळ्यांवरून वाटलं.

गोपालय्यांनी हाक मारली, “केंचा!”

आतून केंचाचा आवाज आला नाही. त्याऐवजी अंगातलं रक्त आटून फिकुटलेली, मध्यम वयाची एक बाई बाहेर आली.

“कोण ते? धनी - तुम्ही?” म्हणत अंगणात अमंगल आवाजात केकाटणाऱ्या

कुत्र्याला हाकलत ती पुढे आली.

"तुझा नवरा कुठाय?" गोपालय्यांनी विचारलं.

"सुब्रह्मण्यला गेलेत." ती म्हणाली.

"का बरं? कधी गेलेत?"

"मला नाही ठाऊक! पुरुष-माणसं असं कुठं सांगून जातात काय?" ती म्हणाली.

मला त्या उत्तराचं हसू आलं.

"कधी भात येईल तुमचं?" म्हणत गोपालय्या आमच्याबरोबर ओसरीवर आले. ओसरीवर भाताची कणगी दिसत नव्हती. त्याऐवजी एका कोपऱ्यात आठ-दहा पायली भाताची रास दिसत होती.

ते पाहून गोपालय्यांनी विचारलं, "भात विकलं?"

कराकरा डोकं खाजवत ती म्हणाली, "कुठून विकायचं जी? या वर्षी एवढंच आलं बघा भात! या सुगीला चार मापं भात आलं, तर पोट तरी भरेल जेमतेम. तेही रानरेड्यांनी ठेवलं तर!"

"ते असू दे. मला समजलंय, तुझा नवरा शेत सोडणार आहे म्हणे. सोडायचं तर सोडू दे; पण पावसाळ्याच्या सुरुवातीला गाडगी-मडकी घेऊन तो पळून गेला तर आम्ही काय करायचं? त्या वेळी शेत कसणंही होणार नाही आणि आयत्या वेळी नवा माणूसही मिळणार नाही!" एवढं सांगून गोपालय्या निघालेच.

थोडं पुढे गेल्यावर मी त्यांना विचारलं, "असला माणूस तुम्हाला कसा काय परवडतो?"

ते हसले आणि म्हणाले, "कसला परवडतोय! आता या शेताचा साराही मी पदरनंच भरतोय! अहो, माझा वाटा दिला नाही तरी हरकत नाही; पण स्वत: तरी पोटभर खायचं! यांना राबायला नको, कुंपण घालायला नको आणि जमीनही सोडायला नको. मला वाटतं, आपणहोऊन त्यांना हाकलून देऊ नये. इथं शेतीसाठी चार-सहा माणसं हवीत. सुरुवातीला केंचाबरोबर तिघं-चौघंजण होते. त्या वेळी हा केंचाही इतका बनेल नव्हता. आता इथं फक्त नवरा-बायकोच राहतात. उरलेली माणसं अधूनमधून येतात. अगदी चांगलं पीक आलं तरी या जंगलातल्या प्राण्यांपासून वाचलेलं थोडंफार धान्यच हाती लागतं. त्यात आमच्या हाती लागतो फक्त कोंडाच! इथं चांगली माणसं मिळत नाहीत हो! आता याला इथून पिटाळलं, तर या शेतात जंगल माजायला कितीसा वेळ लागणार? आमचे पूर्वज पूर्वीच्या काळी कसं काय करायचे, कोण जाणे! आता मात्र इथं कामासाठी माणसं मिळणंच कठीण झालं आहे. मला वाटतं, त्या वेळी इथं इतकं दाट जंगल नसेल कदाचित. इथून पुढं गेलं की, तिथं एक नारळाची बाग लागते. आजूबाजूला असं जंगल असतं, तर

तिथं कुणी नारळाची बाग उभी करणं शक्यच नव्हतं.''

आम्ही माघारी वळलो. बट्ट्या केंचण्णाविषयी आणखी इतरही काही सांगत होता, ''धन्यांकडं बैल मागायचे म्हणत होते ते! या वर्षी तर माझ्या रेड्यांनाच जुंपून नांगरट केली तिथे; पण नेहमी कसं जमणार ते? या प्रकारात पेरणीला उशीर झाला आणि पहिलं पीकही हातातनं गेलं! बघा तर, सगळी जमीन खराब झालीय!''

मी गोपालय्यांना विचारलं, ''असं असेल, तर तुम्ही इथं या जमिनीत पैसा का गुंतवता? त्यापेक्षा अजून थोड्या पश्चिमेची जमीन का घेत नाही? पंज किंवा बळ्ळारीला? तिथे काही इतका त्रास नसेल. तिथे इतकं दाट जंगलही नाही असं मला वाटतं.''

''पंजला जमीन घ्यायला काही हरकत नाही,'' बट्ट्या मध्येच म्हणाला, ''तिथे इथल्याइतका नोकर माणसांचा त्रास नाही. इथे माणसंही खूप लांब लांब अंतरावर राहतात. पंजच ठीक आहे. नारायणय्या म्हणत होते, तिथे जमीन स्वस्त आहे म्हणे! हजार रुपयांना वीस-पंचवीस पोती धान्य येण्यासारखी जमीन मिळते तिथं, असं ते सांगत होते. शिवाय आपणच कसायचं ठरवलं, तर इथल्यापेक्षा दुप्पट फायदा! तिथे रानरेडे आणि हत्तींचा त्रासही नसेल!''

गोपालय्यांनी हसत विचारलं, ''कोण म्हणालं असं तुला? नारायण?''

''होय धनी, तुमच्या भाच्याच्या मनात तसं दिसतंय खरं! थोडी जमीन घ्यायच्या दृष्टीनं तुम्हाला विचारायचं म्हणत होते ते!''

मी आश्चर्यचकित होऊन बट्ट्याचं बोलणं ऐकत होतो. या बावळट नारायणनं जे मला गुपित म्हणून सांगितलं, ते या बट्ट्यालाही सांगितलं होतं तर! म्हणजे एक गोपालय्या सोडले, तर त्यानं अख्ख्या गावालाच हे 'गुपित' सांगितलं असलं पाहिजे! खरं तर मी ठरवलं होतं, थोडीफार इथली परिस्थिती समजावून घेतल्यावर स्वतःच्या जबाबदारीवर नारायणचा प्रश्न उकलण्याचा प्रयत्न करावा आणि त्यासाठी जमेल तेवढी मदतही करायची. आताही तो विषय मी काढला नव्हता; त्याचं कारण तिथली बट्ट्याची उपस्थितीच!

गोपालय्यांनी विचारलं, ''बट्ट्या, कुणासाठी जमीन घ्यायची? मामांसाठी की भाच्यासाठी?''

''ते मला नाही ठाऊक! सोन्यासारखी जमीन आहे. स्वस्तात मिळेल, विकत किंवा गहाणवट. सुब्बण्ण भट्टांची जमीन आहे असं म्हणत होते नारायणय्या!''

''अस्सं आहे तर! एक-दोनदा आमचे भाचेमहाशय काहीतरी कामाचं निमित्त सांगून पंजला गेले होते, ते यासाठीच तर! एकदा तिथे पैसा घातला की नंतर कळेल त्याला! एक रयत काढून दुसरा लावण्यासाठीच पैसा ओतावा लागेल! बट्ट्या, आमच्या या केंचण्णाला दिलेल्या जमिनीसारखी होईल तिथली गत. तिथं कामाला

माणसं मिळतील हे खरं. हजार रुपये गुंतवून वीस पोती तांदूळ मिळेल हेही खरं आणि आपण स्वत: कसलं तर तीस पोतीही मिळतील! पण जमीन वाट्यानं कुळाच्या हाती द्यायची तर प्रत्येक वर्षी माणूस बदलावा लागेल. इथं डोळ्यांसमोर असलेल्या जमिनीची ही गत! आणि इतक्या लांब जमीन घेतली तर कापणी होईपर्यंत कुळाच्या घरावर पाळत ठेवावी लागेल! तूच सांग, आमच्या नारायणच्या हातून एवढं सगळं होईल काय?''

''छे! नारायणय्यांच्या अंगात तेवढी धमक कुठली? घरच्या मुलांवरही नीट रागावता येत नाही त्यांना! त्यांच्या हातून असली वसुलीची कामं कशी होतील?''

''काय म्हणावं या नारायणाला! या गावात वाढलोय आपण! अनोळखी ओढ्यात उडी मारण्यापेक्षा ओळखीच्या तळ्यात उडी मारणं चांगलं नाही का? बळ्ळारीला जमीन घेणं एवढं सोपं नाही. जमिनीची खरी किंमत आपण राबलो तरच! इथं राहून मलेरियाच्या तापाला तोंड देऊन धट्टेकट्टे झालेल्यांनाच इथं जमिनीची किंमत! इतरांना काय त्याचं? असं आहे ते!''

ते पुन्हा मला म्हणाले, ''त्याचं काय आहे सांगू का, आमच्या नारायणला अधूनमधून चिंता वाटते. तसे त्याच्याकडे एक-दोन हजार रुपये साठले आहेत. त्याच्याच मेहनतीचे पैसे आहेत ते. मीच पुढाकार घेऊन काही ठिकाणी ते कर्जाऊ दिले आहेत. त्याचं व्याजही मीच वसूल करून नारायणला देतो; पण अलीकडे त्याच्या मनात काहीतरी डाचतंय!–''

''काय डाचतंय, धनी? तुमच्याविषयी अविश्वास वाटतो?'' बट्ट्यानं चकित होऊन विचारलं.

''माझ्यावर त्याचा विश्वास नसता, तर तो इतकी वर्षं इथं राहिलाच नसता! पण माझ्या माघारी काय होईल याची त्याला काळजी वाटत असावी. आम्हा दोघांत आजपर्यंत कसलंही कागदपत्र झालेलं नाही. इतकी वर्षं आमचा काटुमूले तोच पाहतोय. सगळा विश्वासाचा कारभार! आम्ही दोघं असेपर्यंत हा विश्वास ठीक आहे; पण मी काही अमरपट्टा घेऊन आलो नाही. त्यानंतर आमचे चिरंजीव येऊन काय करतील याची त्याला काळजी वाटत असावी!''

''पण तुमचे चिरंजीव आहेत तरी कुठे? काही समजलं का? त्यांनी एकदातरी आई-वडिलांना तोंड दाखवून जाऊ नये का?''

''आता नाही आला तरी मी मेल्यावर तर येईल ना!'' त्यांचा चेहरा विनोद करत असल्यासारखा दिसत नव्हता. ते आपल्याच विचारात होते. त्याच तंद्रीत ते पुढे म्हणाले, ''तो इथं असताना त्याचं आणि नारायणचं बरं नव्हतं; त्यामुळे तो जेव्हा येईल तेव्हा आपल्याला पिटाळून लावेल, अशी नारायणला भीती वाटत असेल!''

''पण तसं का समजावं त्यांनी?'' उत्तर ठाऊक असूनही मी विचारलं. आता

अज्ञान पांघरण्यातच सूज्ञपणा आहे असं मला वाटू लागलं होतं!

गोपालय्या म्हणाले, "तो माणसाचा स्वभावच नाही का? आतापर्यंत कितीतरीजणांनी अशी फसवणूक करून जमीन बळकावली आहे. दमडीही खर्च न करता इतरांची जमीन आपल्या नावे केली आहे. त्यातही या काटुमूलेचं असं आहे – मी त्याला दिला, तरच तो मळा त्याला मिळणार आहे."

"तेच एकदा कागदपत्रं केली तर नारायणय्यांना बरं वाटेल की काय कोण जाणे! तेही तुम्हाला मुलासारखेच नाहीत का देवा?" बट्ट्या म्हणाला.

"हे बघ बट्ट्या, मी तर... मला मुलगाच नाही असं समजतो. तो पुन्हा घरी येईल असं मी समजत नाही. ओसरीवर त्याचा फोटो होता; पण त्यानं पत्रव्यवहार थांबवला तेव्हापासून मी त्याचा फोटोही नजरेआड केलाय. जो आई-वडिलांना विसरू शकतो, तो मुलगा असून-नसून सारखाच! आमच्या शंकरीला मात्र वाटतं, कधीतरी तो घरी येईल म्हणून! आता आमचं सगळं करणार... खांदा देणार, पिंड देणार तो नारायणच आणि तो तेवढं निश्चित करेल! आमच्या आत्म्यालाही त्यामुळे शांती मिळेल. त्या वंशाच्या दिवट्यानं केलेलं श्राद्धही आम्हाला नको!"

त्यांचं बोलणं थोडं क्रूरपणाचं वाटलं मला! पोटच्या मुलाविषयी इतक्या निष्ठूरपणे ते बोलत असल्याचं मी प्रथमच ऐकत होतो. त्यांची समजूत घालत मी म्हटलं, "असा कडवटपणा धरू नका मनात. तो कुठल्या कारणानं तुमच्यापासून दुरावलाय कोण जाणे! तो आई-वडिलांना सहजासहजी विसरला असेल, असं नाही वाटत मला. किती केलं तरी मुलगा तो मुलगाच!"

"माझ्या मुलापेक्षा नारायण तसूभरही कमी नाही मला!" ते थोड्या कठोर स्वरात म्हणाले. दुसऱ्याच क्षणी त्यांनी स्वतःला सावरलं आणि म्हणाले, "जाऊ द्या, काहीतरी बडबडलो मी. काही वेळा असंच होतं! आईबरोबर काही दिवस सुखासमाधानात काढल्यानंतर जेव्हा ती वारली, तेव्हा जे वाटायचं ते आठवलं मला. माझ्या माघारी काय होईल या विचारामुळे मी तसं म्हणालो. माझं काही माझ्या मुलाशी शत्रुत्व नाही. त्याच्या पूर्वजांनी मिळवलेली संपत्ती त्याच्याच वाट्याची; पण माझ्या श्रमानं उभा राहिलेला माझा काटुमूले मात्र नारायणचाच! मी मरण्याआधी शक्य तितक्या लवकर त्याचं बक्षीसपत्र किंवा माझं मृत्युपत्र करून ठेवेन. त्याचं कच्चं काम झालेलंही आहे. त्याच संदर्भात शनिवारी मी पुत्तूरला वकिलांकडे जाणार आहे. आता विषय निघाला म्हणून मी हे सांगतोय. नारायणलाही मी याविषयी सांगितलेलं नाही. काम करण्याआधी बोलू नये. काम पूर्ण झाल्यावर सांगितलं तरच त्यात अर्थ आहे! पण त्या बिचाऱ्या नारायणला काटुमूले सोडावा लागेल याची भीती वाटत असेल, तर त्याची भीती घालवण्याचं कामही माझंच आहे!"

त्यानंतर बराच वेळ ते काही बोलले नाहीत.

ते पुढे चालत होते. त्यांच्या पाठोपाठ आम्ही जात होतो. विचारांच्या तंद्रीत हा कुठला रस्ता, याचा कुणीच विचार केला नाही. खूप वेळ तसेच चालत होतो आम्ही!

मला तर गोपालय्या एक अपूर्व व्यक्ती भासत होती! मानवी जीवनाची सूक्ष्मता, तरलता जाणून घेणारी महान व्यक्ती वाटत होती!

हरकत नाही. डोंगराच्या कुशीत जन्मून, डोंगराच्या अंगाखांद्यावर बागडत वाढलेला हा माणूस डोंगराइतकाच भव्य पुरुष झाला होता! ताठ मानेचा आणि विशाल मनाचा!!

बट्ट्या मध्येच थबकला. त्यानं सभोवताली नजर फिरवली आणि म्हणाला, ''वाट चुकली की देवा! पाहुण्यांना पिंजरा दाखवायचा म्हणाला होतात तुम्ही! आता आपण काटुमूलेही मागं टाकून पुढे आलो. गप्पांच्या नादात माझंही लक्ष नव्हतं आणि तुमचंही नव्हतं!''

माझ्याकडे वळून तो म्हणाला, ''देवा, आमच्या धन्यांचा स्वभावच असा आहे बघा! त्यांना पाहिलं की, मला तर आश्चर्य वाटतं. अशीही माणसं आहेत या जगात?''

वाट चुकल्याचं लक्षात येताच गोपालय्या थबकले होते. ते म्हणाले, ''हं, आलो कुठेतरी बट्ट्या! डोकं कुठंतरी भरकटत होतं. तू पुढे चल. इथून रानातून गेलो तर काटुमूलेला जाता येतं.''

बट्ट्या या जंगलातलं प्रत्येक झाड आणि पाऊलवाट ओळखत होता. शेजारच्याच पाऊलवाटेनं खालच्या बाजूला उतरून, हातातील कोयता सरसावत तो दाट जंगलात शिरला. काही न बोलता आम्ही दोघं त्याच्या मागोमाग निघालो. नाकानं हुंगत बट्ट्या पुढं जात होता. तो कसला वास घेत होता ते मला समजलं नाही; पण एवढं मात्र खरं की, फक्त आठ-दहा मिनिटांच्या खडतर प्रवासानंतर आम्ही काटुमूलेत दाखल झालो!

बागेत नारायणची मुलं सुपारी गोळा करून त्यांचा ढीग रचत होती. नारायण एका पोफळीवर चढला होता. तिथूनच त्यानं हाळी दिली, ''मामा का?''

त्याला आनंद झाला होता. तो घाईघाईनं खाली उतरला.

''अरे सावकाश!'' गोपालय्या ममतेनं त्याला म्हणाले.

आम्ही तिथलं दगड-काट्यांचं कुंपण ओलांडून आत शिरलो. खरचटलेले हात-पाय झटकत असताना नारायणची पत्नी तिथं आली.

''हे काय मामंजी? तुम्ही रस्ता चुकलात? इथून कसे उतरलात?'' तिनं विचारलं.

''होय, आज रस्ता चुकला आमचा! आता पटकन सगळ्यांसाठी स्वयंपाक कर

पाहू! आज आम्ही सगळे इथंच जेवणार आहोत. बट्ट्यासुद्धा इथंच जेवेल आणि बट्ट्यासाठी भरपूर खीर कर बरं का!"

तिनं हसत विचारलं, "एवढं काय आज विशेष आहे बट्ट्याचं?"

"त्याच्या वकिलीच्या फीसाठी त्याला परमान्न द्यायलाच हवं!" ते म्हणाले.

मला आणि बट्ट्याला हसू आलं. नारायण मात्र काही न समजून गप्प उभा राहिला.

मुलं 'आज्जा-आज्जा' करत गोपालय्यांजवळ आली आणि त्यांचा एकेक हात धरून ओढू लागली. गोपालय्या घराकडे निघाले. मीही त्यांच्या मागोमाग निघालो.

नारायणची पत्नी मला आदरानं म्हणाली, "तुम्ही आलात हे छान झालं. कबूल केल्याप्रमाणे आलात."

नारायण तिला म्हणाला, "आता तुझ्या गप्पा नकोत! लवकर जा आणि कॉफी कर पाहू! सगळेजण डोंगरात फिरून थकलेत. पळ, पळ!"

तो आम्हाला म्हणाला, "सुपारी चांगली तयार झालीय. माकडांनी नासाडी करू नये म्हणून मीच चढलो झाडावर!"

आमच्या पाठोपाठ तोही घराकडे निघाला.

घरात पोहोचल्यावर आम्ही पाणी प्यायलो. कॉफी-केळ्यांचा फराळ झाला. त्यानंतर गोपालय्यांनी विचारलं, "खीर होतेय की निघायचं?"

"मामंजी, मुळीच नाही जायचं. आता इतक्यात होईल माझा स्वयंपाक!" नारायणची पत्नी म्हणाली.

गोपालय्या बट्ट्याला म्हणाले, "बट्ट्या, घरी जा आणि म्हणावं आम्ही दुपारच्या जेवणाला इथंच थांबतोय. जेवण झाल्यावर येतो म्हणावं, समजलं? जा पळ आणि लवकर ये."

"निरोप सांगून मी पुढे देवळाला जातो. इथं कशाला येऊ पुन्हा?" बट्ट्यानं विचारलं.

"का? तुला नारायणच्या घरची खीर नको का? काय लक्ष्मी, कसली खीर करणार आहेस? हरबऱ्याच्या डाळीची की पोह्याची? बट्ट्याला पोह्याची खीर खूप आवडते; पण भरपूर कर हं! त्याला आधी पोटभर खीर वाढायची आणि त्यानंतर भात वाढायचा."

"बरं!" त्यांची सून म्हणाली आणि आत जाऊन स्वयंपाकाला लागली.

गावातल्या इतर थातूरमातूर गप्पा मारत आम्ही भरपूर वेळ काढला. स्वयंपाक होऊन जेवण व्हायला दोन तास लागलेच. शिवाय अंघोळीची एक कटकट उरकायची होती आणि सगळ्यांची जेवणं झाल्यानंतर बट्ट्याला वाढायचं.

सगळ्यांची जेवणं झाल्यानंतर नारायणच्या पत्नीनं एक मोठं पान बट्ट्याला

वाढलं आणि त्यावर प्रथम भरपूर खीरच वाढली.

"अहो, धन्यांनी थट्टा केली. तुम्हीही तसंच वाढलं की! आधी भात वाढला असता तर खीर घरी घेऊन गेलो असतो. तेवढीच नातवंडांच्या तोंडी पडली असती!'' बङ्क्या म्हणाला.

"बङ्क्या, आधी तू भरपूर खा पाहू! मुलांना वेगळी देता येईल. आम्ही काही सगळी खीर खाल्ली नाही!'' गोपालय्यांनी आग्रह करत म्हटलं.

बङ्क्याचं मनसोक्त खीर ओरपणं चाललं होतं. नारायण तिथेच उभा होता.

गोपालय्या नारायणला म्हणाले, "नारायण, तुझ्या वकिलाची, बङ्क्याची वकील फी आहे ती खीर!''

नारायणला काहीच समजलं नाही. तो बावळटासारखा त्यांच्याकडे पाहत उभा राहिला.

"एवढा वेडा कधीपासून झालास तू नारायण?'' त्यांनी पुन्हा त्याला विचारलं.

त्यांचा आवाज थोडा वेगळा वाटल्यामुळे नारायण गडबडला. त्याचं माझ्याकडे लक्ष गेलं. मी गोपालय्यांना काहीतरी सांगितलं असावं असं वाटून तो अपराध्यासारखा चेहरा करून उभा राहिला आणि त्याला कसं सांगावं ते न समजल्यामुळे मीही घोटाळ्यात पडलो.

हा सगळा प्रकार गोपालय्यांच्या ध्यानात आल्याशिवाय कसा राहील? त्यांना हसू आलं.

दुसऱ्याच क्षणी त्यांच्या चेहऱ्यावरील भाव बदलले. त्यांचे डोळे किलकिले झाले. त्यातून अश्रूंचे थेंब ठिबकले.

बङ्क्याला खीर वाढत असलेल्या नारायणच्या पत्नीनं ते अश्रू पाहिले. ती विस्मित झाली.

गोपालय्यांनी सद्‌गदित स्वरात म्हटलं, "नारायण, इकडे जवळ ये आणि बाळ लक्ष्मी, तूही इथं ये!'' त्यांनी नारायणच्या पत्नीलाही जवळ बोलावलं.

बङ्क्या पुढ्यातली खीर खायची सोडून ते हृद्य दृश्य पाहत होता! मीही ते अपूर्व दृश्य पाहून भारावून गेलो!

गोपालय्या त्या दोघांनाही भावनेने भिजलेल्या स्वरात सांगत होते, "बाळ तू आणि तुझा नवरा, तुम्ही पुढची काळजी करू नका! तुम्हाला ती पंजची जमीन कशाला हवी? हा काटुमूले कुणाचा आहे असं तुम्हाला वाटतं? हा तुमचाच नाही का? माझ्या मुलापेक्षा मी नारायणला वेगळा मानत नाही. शक्य तितक्या लवकर तुमच्या नावानं तो करून देईन मी! तुम्हाला जमीन घ्यायची असेल तर जरूर घ्या; पण इथं जवळपासची. मला आणि शंकरीला तुम्हीच पिंड देणार आहात! ते काम आणखी कुणीच करणार नाही! आणि हो! माझ्या मुलानं आमचं श्राद्ध केलं नाही,

तर तेही तुम्हीच करायला हवं!''

गोपालय्यांच्या डोळ्यांतून दीर्घ जीवनातली व्यथा आणि अंत:करणातली ममता अश्रुरूपानं वाहत होती.

बट्ट्या जेवण संपवून, उठून उभा राहिला. त्याचं पोट खिरीपेक्षा धन्यावरील भक्तीनंच भरलं होतं!

नारायण आणि त्याच्या पत्नीच्या डोळ्यांतूनही अश्रू वाहत होते.

अखेर पदरानं डोळे पुसत लक्ष्मीनं विचारलं, ''मामंजींना राग आला?''

''का? तुम्ही पंजची जमीन घ्यायचा विचार केलात म्हणून? छे, राग नाही! पण तुम्ही मात्र काळजी करू नका. मुळीच काळजी करू नका!'' गोपालय्या म्हणाले.

नारायणची मुलं मात्र बावरून उभी होती. आजोबांच्या डोळ्यांतलं पाणी पाहून सावित्रीलाही रडू येऊ लागलं.

सुब्बरायनंच थोडं धैर्य एकवटून विचारलं, ''आज्जा, काय झालं तुम्हाला? कोण रागावलं? कुणी मारलं?''

''छे रे! मला कोण मारतंय?''

''मग तुम्ही का रडता?'' म्हणताना सुब्बरायलाही रडू आवरलं नाही.

''तसं नव्हे बाळा! फक्त दु:ख झालं तरच रडतात असं नाही. आनंद झाला तरी रडू येतं!''

''काहीतरीच बोलताय तुम्ही आज्जा!'' मुलांना खुदकन हसू आलं. आनंदात का कधी कुणी रडतं?

आजोबांनी नातवंडांना एकेक बारीक चिमटा घेतला.

''हे काय आज्जा?'' म्हणत मुलं खिदळून बाजूला झाली. काही वेळात पान-सुपारी खाऊन आम्ही घराकडे निघालो. आजोबांबरोबर सावित्री आणि सुब्बरायही निघाले. नारायणही निघाला. बट्ट्याही सोबत खीर घ्यायची विसरून तसाच निघाला!

गोपालय्या रस्त्यात कुणाशीच विशेष बोलले नाहीत. त्यांचं मन मात्र एक महत्त्वाचं काम झाल्याप्रमाणे आतल्या आत उल्हासलं होतं. दोन्ही मुलांबरोबर गप्पा मारत ते पुढे निघाले होते.

मलाही काही बोलावं असं वाटत नव्हतं. एक प्रकारचा प्रशांत आनंद अनुभवत मी चाललो होतो!

अंगणात पाऊल टाकताच सुब्बराय आजोबांचा हात सोडून धावत आत गेला आणि म्हणाला, ''आजी, आज आज्जा खूप रडले! आई रडली आणि बाबाही! काय झालं कोण जाणे! तू विचार त्यांना! मी विचारलं, तर आनंद झालाय म्हणून सांगून मला चिमटा काढला त्यांनी!''

त्याच्या पाठोपाठ सावित्रीही माकडासारख्या उड्या मारत आत धावली. बराच वेळ आत गप्पा चालल्या होत्या. बहुतेक शंकरम्मा मुलांकडेच काय घडलं त्याची चौकशी करत असाव्यात.

नंतर त्यांनी आतूनच विचारलं, "कॉफी करू की तहानेसाठी काही देऊ?"

"नको कुणी म्हटलंय?" गोपालय्या उत्तरले.

"एवढ्यात कशाला कॉफी? जेवणच फार झालंय." मी मध्येच म्हटलं.

"एवढ्यात त्यांना नको आहे. थोड्या वेळानं कर." गोपालय्या म्हणाले.

माझ्यासाठी एक चटई अंथरत ते म्हणाले, "ही कालचीच तापाची वेळ. तुम्ही आता झोपा पाहू! आज ताप नाही यायचा; पण तरीही थोडी विश्रांती घ्या."

मी झोपलो. बञ्च्या अंगणात निवांतपणे बसला. गोपालय्या आत निघून गेले.

मला बराच वेळ गाढ झोप लागली होती. जाग आली तेव्हा मला सकाळच झाल्यासारखं वाटलं!

मी कुठं आहे, काय वेळ आहे वगैरे भान येण्यासाठी काही वेळ जावा लागला!

दहा

झोपून उठल्यानंतर संध्याकाळी पुन्हा कॉफी आणि खाण्याचा कार्यक्रम झाला. मी गोपालय्यांना थट्टेनं म्हटलं, "हे काय गोपालय्या? तुम्हीही आम्हा शहरी लोकांप्रमाणे दिवसातून दोन-तीन वेळा कॉफी घेता?"

"आहोत तोपर्यंतच खाऊन-पिऊन घ्यायचं. नंतर कोण देईल आम्हाला कॉफी? शिवाय स्वर्गात कॉफी मिळेलच याची खात्री कुणी द्यावी? आता रात्रीपर्यंत इथं बसून काय करायचं? सकाळीही पिंजऱ्याकडे गेलो नाही. बट्ट्यानं कुत्रं तिथंच बांधलंय की नाही, त्याच्या पोटाला काही घातलंय की नाही कोण जाणे!"

"पण असं कुत्रं बांधलं तर ते वाघाच्याच तोंडी नाही का पडणार?" मी विचारलं.

"होय, वाघ नुसता जवळपास आला तरी भीतीनंच मरतं ते कुत्रं! पण स्वत:च्या बचावासाठी गेली अनंत वर्षं माणूस असंच करतो नाही का? आपला जीव वाचवायला दुसऱ्या एका जीवाचा बळी देणं हाच धर्म बनलाय त्याचा! घरात आजारपण शिरलं की, जीव वाचवण्यासाठी आपले शूद्र लोक कोंबड्याचा बळी देतात. पूर्वीच्या काळीही असंच होतं नाही का? गो-मेध, अज-मेध चालायचे. आपल्याला पुण्य लाभावं म्हणून त्यांचे प्राण हिरावून घ्यायचे."

"– पण शास्त्राप्रमाणे ते प्राणी मरत नाहीत म्हणे! मेल्यावर ते सरळ स्वर्गातच जातात म्हणे! पण हे कितपत खरं आहे? एकदा गेलेला जीव पुन्हा येईल?"

"शास्त्रात काय आहे ते मला ठाऊक नाही. मी एकदा गोकर्णला गेलो होतो म्हणून सांगितलं ना? त्या वेळी दुष्काळ पडला म्हणून आमच्या हव्यक ब्राह्मणांनी आणि तुमच्या कोट ब्राह्मणांनी एक यज्ञ केला आणि तीन-चार शेळ्या मारून फस्त केल्या! तिथे तरी ते प्राणी काही वाचले नव्हते! आता खाणाऱ्याच्या पोटात ते जिवंत असले तर मात्र मला ठाऊक नाही!" गोपालय्या मिश्कीलपणे म्हणाले.

“आमच्या इथं कुणी असा यज्ञ करत नाहीत, मग आम्हाला कसा स्वर्ग मिळणार? तुम्हाला मात्र निश्चितपणे स्वर्ग मिळेल बघा! व्याघ्र-महादेवतेला श्वानाचं हविष्य देताय ना तुम्ही!”

गोपालय्या पूर्वीप्रमाणे खदखदून हसले.

“चेष्टा करताय तुम्ही? आमच्या शिकारीची थट्टा चाललीय! खरं सांगू, सुरुवातीला मलाही अशी शिकार करायची म्हणजे अंगावर काटा यायचा. सुरुवातीला माकडाची धाड आली की, मी हवेत चार-सहा बार काढून गप्प बसत असे. आता मीच बङ्घ्याला सांगतो, ‘बङ्घ्या, घाल चार-सहा गोळ्या!’ काय करणार? त्यांच्यामुळे आमचं जीवन संकटात येऊ लागलं की, त्यांना मारावंच लागतं. आता या वर्षभरात पाच-सहा गुरं गेली आमच्या गावची! आमचा बङ्घ्या म्हणतो, हा कल्कुडाचा उपद्रव! माझा या कल्कुडावर विश्वास नाही. या व्याघ्रराजांना ठार केल्याशिवाय दुसरा उपाय नाही, हे निश्चित. अधूनमधून वाघ मारले, तरच आम्ही निश्चिंतपणानं जगू शकतो; नाहीतर प्रत्येक वेळी शंभर-दोनशे रुपयांची नवी गुरं आणायची आणि द्यायची वाघाच्या तोंडात! अहो, आपण जगलो तरच इतर सगळा वेदान्त सुचतो नाही का? जगण्याआधी तत्त्वज्ञान सांगण्यात काय अर्थ आहे? ते तुमच्या गांधीजींनीच करावं!”

“बरं, जाऊ या आपण.” मी म्हटलं.

आम्ही देरण्णाच्या घराच्या दिशेनं निघालो. तिथं पोहोचताच गोपालय्यांनी त्याला हाक मारून म्हटलं, “देरण्णा, तुझे तहसीलदार आलेत. त्यांना दरखास्तची हकिकत सांगितलीस की नाही?”

देरण्णा हसत हसत खोपटाबाहेर आला आणि म्हणाला, “तुमची थट्टा होते, पण आमचा मात्र जीव जातो! मला खरंच वाटलं ते! त्यांच्यासमोर हात बांधून उभा राहिलो मी! कोचमनसाहेबांची सगळी हकिकत सांगितली! तुम्ही इतक्या समोरच बार उडवाल हे मला कसं ठाऊक? आणि यांनी तरी सांगायचं! माझी तर खात्रीच झाली होती, हेच तहसीलदार आहेत म्हणून!”

“जाऊ दे रे! ते पुत्तूरचे आहेत. तहसीलदार नसले म्हणून काय झालं? पण त्यांची तहसीलदारच काय, डेप्युटी कलेक्टरसाहेबांशी ओळख असेल! या शनिवारी आपण जाऊ पुत्तूरला – तूही चल. तुझंही भात आहेच. यांना थोडा त्रास झाला तरी हरकत नाही! त्यांच्याबरोबर जाऊन तहसीलदारांना दंडवत घालून येऊ. आता शानभोगही तिथेच आहेत म्हणे.”

“माझंच चुकलं धनी! त्याच वेळी शानभोगांचा हात ओला केला असता, तर कधीच काम झालं असतं! मला वाटतं, आता त्यांनीच कामाला खो घातलाय!”

“खरंय! देरण्णा, तुझं काम होईपर्यंत तू सुब्रह्मण्यला चार-सहा फेऱ्या घातल्यास

आणि तीन वेळा पुत्तूरला जाऊन आलास. ते गावी आले तेव्हा त्यांचं डोकं खाऊन जमिनीची मापं घ्यायला लावलीस आणि त्यांनी कामाची हमी दिल्यावर फिरून त्यांचं तोंड तरी पाहिलंस का तू? त्यांच्या एवढ्या मेहनतीसाठी त्यांना पाच रुपये तरी नको का द्यायला? तुझ्या काटेरी शेतात हिंडताना त्यांच्या पायाचं कातडं झिजून गेलं असेल! एवढे कष्ट त्यांनी धर्मादाय म्हणून करायचे काय? आणि आता ओरडतो आहेस तू!''

''तुम्ही मला सांगितलं असतं तर मी दिले नसते पैसे?''

''अरे वा! आता माझ्यावर घसरलास का देरण्णा! त्या वेळी मी म्हटलं असतं तर तुला वाटलं असतं, माझाही त्यात वाटा आहे! त्या वेळी मी तुला नुसतं सुचवलं होतं, त्यांना तसंच पाठवू नकोस म्हणून; खरं की नाही? त्या वेळी तू काय म्हणालास? मला ठाऊक आहे, असं म्हणालास की नाही? आणि नंतर पुत्तूरला घरी जाऊन काय दिलंस? तर दोन टरबुजं आणि भोपळा! त्यांनी फणस, भोपळा कधी पाहिले नव्हते की काय?''

देरण्णा शरमून हसला. माझ्यासमोर त्याचं बिंग फुटलेलं त्याला तरी कसं आवडेल?

हे ध्यानात येताच गोपालय्यांनी विषय बदलला, ''देरण्णा, ते जाऊ दे! आता कल्कुडाची शांत कधी करायची ठरली? गावातली सगळीजणं म्हणतात, गेल्या दोन वर्षांत तू शांत केली नाहीस म्हणून वाघाचा त्रास वाढलाय. या वर्षी तरी शांत करणार की नाही? मीही थोडं भात देईन त्यासाठी.''

''पण ते काम काय फुकट होतंय? त्यासाठी भात तर हवंच. शिवाय कोंबड्या, नारळ हवेत. बोकड असेल तर आणखी छान!''

''कशासाठी? शांतीसाठी की खाण्यासाठी?''

''शांत झाली की खाण्यासाठीही होईलच! पण बळी नको का द्यायला? एक-दोन डुक्करं हवीत! माझ्या जागेत कल्कुड आहे म्हणून गावचे सगळे गप्प बसले तर मी एकटा काय करणार? घरटी कमीतकमी दोन-दोन शेर तांदूळ, चार नारळ, चार-चार आणे, एक कोंबडं देऊ द्या –''

''आता मीही कोंबडं द्यायचं काय रे बाबा?''

''त्याऐवजी पैसे दिलेत तरी हरकत नाही! एका कोंबड्याचे फक्त आठ आणे तर होतात! एकंदर पंचवीस रुपये तरी नकोत का शांत करायला? गोवऱ्या, बकरी, वाद्यं हे सगळं काय फुकटात होतं? आणि शेवटी येणाऱ्या महारांना भरपूर हातभट्टी न देऊन कसं चालेल?''

''तहसीलदार, आमच्या देरण्णाला ही हातभट्टीची दारू अगदी चालत नाही; पण एकदा गाडग्याला हात लावला की तो खाली ठेवत नाही!''

देरण्णा हसला, ''आमचे धनी थट्टा करूनच मला मारून टाकतात बघा! आता तुम्ही म्हणताय म्हणून मी शांत करणार; पण गावातल्या लोकांकडून वर्गणी गोळा करायची जबाबदारी मात्र तुमची!''

''हे काही बरोबर नाही, देरण्णा! आपलं काम गावकऱ्यांच्या डोक्यावर लादतो आहेस तू! बरं, असू दे. शांत कधी करायची ठरवलीस?''

''ही सुगी संपू द्या. कापणी होऊ द्या. या वर्षीही माझं पीक रानरेड्यांनी खराब केलं आणि माती खायची वेळ आली, तर कल्कुडालाही तेच मिळेल! त्यानं आम्हाला दिलं तर त्यातलं थोडं परत मिळेल. त्यानं नुसताच बळी मागितला तर नाही मिळणार. उद्या जनावराच्या जत्रेतून एक रेडा आणतो. जर तो रेडा वाघानं खाल्ला, तर शांत पुढच्या वर्षी!''

''व्वा महाशय! कल्कुडाशीसुद्धा करार आहे वाटतं तुझा. मग गावातल्या लोकांना कसा सोडशील? आता याच गावात जन्मल्याचं प्रायश्चित्त म्हणून देऊ काहीतरी! आता चल, वाघाचा पिंजरा दाखवू यांना.''

''माझा पिंजरा आहे तो! वाघच काय, त्यात हत्ती पडला तरी निसटू शकणार नाही. काल कुत्रं बांधलं तेच चुकलं बघा. तो काही कुत्रं खाणारा वाघ नाही. बळ्ळारीजवळचे उपाशी वाघ कुत्रं काय, मांजरही खातील; पण आपल्या गावातल्या वाघांची जातच वेगळी! पट्ट्याचे वाघ हे! हा काही किरकोळ प्राणी नाही!''

''इथं बिबटेही भरपूर असतील नाही का?''

''आहेत; पण मोजकेच! पट्ट्याचे वाघ मात्र बरेच आहेत. काही वेळा ते गुरांच्या कळपात शिरून उगीच जनावरं मारतात आणि निघून जातात. वाटलं तर मारलेलं जनावर खातील, नाहीतर तसंच टाकून निघून जातील; पण छोटा वाघ मात्र भूक लागली असेल तरच गुरं मारतो.''

''एखादी शेळी मिळाली असती, तर बांधली असती पिंजऱ्यात. तिचा आवाज चार गावांना ऐकू जातो; त्यामुळे वाघ धावून आला असता. काल बांधलेलं कुत्रं थंडीत कुई कुई करत अंगाचं मुटकुळं करून झोपलं असेल. काल रात्री मी तीन वेळा बाहेर आलो; पण कुत्र्याचा आवाज ऐकू आला नाही. शांतपणानं झोप काढलेली दिसते कुत्र्यानं!''

''वाघानं रोज इथंच यावं असा सरकारी कायदा आहे की काय? रोज एकेका वाडीत जाईल तो! पण मग काय करायचं म्हणतोस तू?'' गोपालय्यांनी त्याला विचारलं.

''आज तर दुसरा उपाय नाही. कुत्रंच बांधू या; पण त्याला रात्री काही खायला द्यायचं नाही. म्हणजे उपाशीपोटी तरी रात्री ओरडेल ते! पण एक मात्र आहे हं! जर ते बट्ट्याच्या घरचं असेल, तर पोटाला काही नसतानाही ओरडणार नाही!'' देरण्णा म्हणाला.

गप्पा मारत मारत आम्ही पिंजऱ्याजवळ आलो.

गोपालय्यांची हद्द संपून सरकारी हद्द सुरू होत होती, तिथं पिंजरा होता. लांबून पाहिलं तर पालापाचोळ्यांनी झाकलेला तो पिंजरा एखाद्या झुडपासारखा दिसत होता.

आमची चाहूल लागताच आतलं कुत्रं थंडीनं गारठून कुई कुई ओरडलं. बक्ऱ्यानं शेजारीच भात ठेवलेला असल्यामुळे ते फारसं जोरात ओरडलं नाही! पोटाला मिळालं तर गाव काय आणि जंगल काय असा सूज्ञ विचार करून, ते पुन्हा मुटकुळं करून झोपलं.

ते पाहून देरण्णा मोठ्यानं खेकसला. शेजारची एक काठी घेऊन त्यानं कुत्र्याला ढोसललं. ते कुत्रं उठलं आणि पिंजऱ्याच्या दुसऱ्या कोपऱ्यात जाऊन पुन्हा मुटकुळं करून पडलं!

गोपालय्या हसले, "खरंय देरण्णा! वाघ आला तर याच्या वासावरनंच येईल!"

"काय करावं? उद्या एक तीन रुपयांचं शेरडं आणून बांधेन. आज ते काम होणार नाही. आज मात्र वेगळं कुत्रं बांधू या. या कुत्र्याचा काहीच उपयोग नाही."

"देरण्णा, तुझ्या दारात नेहमी पंधरा-सोळा कुत्री केकाटत असतात. आज त्यातलं एकही कसं दिसलं नाही? कुळकुंदच्या जत्रेला आगाऊच पाठवलीस वाटतं सगळी कुत्री!"

"काहीतरीच काय धनी! आमच्या घरी तर फक्त दोनच कुत्री आहेत. काळ्या आणि मोंट. ती दोन्ही तर मला पाहिजेतच! घरच्या राखणीला दोन कुत्री नकोत?"

"छट्! ती दोन्ही तुझी शिकारी कुत्री आहेत. ती तर नेहमी तुझ्या मागोमाग आमच्या घरी येतात. त्यांना मी चांगला ओळखतो. ती नाही म्हणत मी. इतरही चार-सहा आहेत ना! नेहमी तुझ्या अंगणातच तर पडून असतात." गोपालय्या म्हणाले.

"हां, ती कुत्री होय? तुमचीपण आठवण दांडगी आहे! त्या केंच्याच्या घरचं एक कुत्रं असतं माझ्या घरी! त्यांच्या घरी उपाशी असतं वाटतं; म्हणून आमच्याच घरी मुक्काम टाकलाय. गेले दोन-तीन दिवस ते आमच्याच घरी असतं खरं! पण मला वाटतं त्याला वाघानं खाल्लं असेल!"

"– म्हणजे सुब्रह्मण्यचे वाघही अधूनमधून बळ्ळारीच्या वाघांसारखे कुत्री खातात वाटतं!" मी टोला हाणला.

"आता पोटाला काही मिळालं नाही तर काय करतील बिचारे! रोज गुरं, बकऱ्या, हरणं काय त्यांच्या बापानं ठेवलीत त्यांच्यासाठी?" देरण्णा म्हणाला.

गोपालय्या मला त्या पिंजऱ्याची माहिती सांगू लागले. त्याचा दरवाजा किती मजबूत आहे. त्यात शिकार कशी सापडते, आत अडकलेल्या वाघाला बाहेर पडता

न येण्यासाठी काय व्यवस्था केली आहे वगैरे माहिती सविस्तर सांगत सांगत ते देरण्णाला म्हणाले, "तू आत जा आणि दोर ओढ पाहू!"

देरण्णा आत गेला आणि त्यानं कुत्र्याच्या गळ्यातला दोर ओढला. त्याच क्षणी वरून एक मजबूत जाडजूड, दणकट असा लाकडी दरवाजा धपकन पिंजऱ्याच्या तोंडाशी पडला आणि पिंजऱ्याची वाट बंद झाली.

गोपालय्या हसत म्हणाले, "देरण्णा, आज एकाऐवजी दोन कुत्री बांधली तर?"

देरण्णा म्हणाला, "इथं एक कुत्रं मिळायची मारामार, तिथं दुसरं कुठून आणायचं?"

"ए बावळटा, आता आत आहेत ती दोन कुत्री नाही का पुरायची? आता विनासायास दोन सापडली आहेत. तिसरं कशाला हवं?"

देरण्णाच्या बोजड मेंदूत उशिरा का होईना गोपालय्यांचा विनोद शिरला एकदाचा!

"अरेच्चा! असं फसवलंत काय मला! अर्धवट शहाणा भेटला तर तुम्ही त्याला शिप्तरात पाणी भरायला लावाल! हं, आता दार उघडा धनी!"

"बैस मुकाट्यानं! कुत्रं आहेच सोबतीला! आणि ताटलीत जेवणही आहे!"

अखेर ते एकटेच पिंजऱ्याचा दरवाजा उघडायला पुढे सरसावले. मीही त्यांना मदत करण्यासाठी पुढे झालो. एवढ्यात बङ्ग्या आणखी एका कुत्र्याला घेऊन तिथं आला नसता तर देरण्णाला पिंजऱ्यातच मुक्काम करावा लागला असता! आम्ही तिघांनी नेटानं ते दार उघडलं. ते दार पुन्हा वरच्या बाजूला बांधून ठेवेपर्यंत आम्हा तिघांची अगदी दमछाक झाली! तो दरवाजा बंद करणं जेवढं सोपं होतं, तेवढंच उघडणं कठीण होतं!

"हं, हा कुत्रा हरकत नाही. आमचा बङ्ग्या फार हुशार! त्यालाही समजलं की, या कुत्र्याचा काही उपयोग नाही. एकाऐवजी दोन कुत्री बांधली तर? त्यांच्या भांडणाच्या आवाजानं तरी इथं वाघ येईल हे त्याला पटलं वाटतं!"

देरण्णा पिंजऱ्यातून बाहेर आला. त्यानं बङ्ग्यानं आणलेलं कुत्रं पाहिलं आणि म्हणाला, "धनी, तुम्ही पाहिलेल्या कुत्र्यांपैकीच हे असेल! हेच केंचण्णाचं कुत्रं! केंचण्णाच्या गुरांना गवत नाही मिळत, तर कुत्र्यांना कसलं अन्न मिळतंय? प्रत्येक घरी फिरतं ते. चला, आज तरी त्याचा काही उपयोग होईल!"

बङ्ग्यानं कुत्र्याला पिंजऱ्यात बांधलं, त्याच क्षणी त्या दोन्ही प्राण्यांनी गुरकावून भाऊबंदकी दाखवायला सुरुवात केली!

ते पाहून देरण्णा आनंदला, "रात्रीही अशीच रणधुमाळी माजली, तर नक्की वाघ येईल!" तो म्हणाला.

गप्पांच्या नादात केव्हा अंधार झाला ते कळलंच नाही. अंधारात काट्या-

दगडांच्या रस्त्यावरून धडपडत आम्ही घाईघाईनं घराकडे वळलो.

"बट्ट्या, उद्या सकाळी पिंजऱ्यात पाहा. मोठा वाघ सापडेल बहुतेक! अर्थात, वाघही काही गप्प बसणार नाही म्हणा! दात-नखांनी ओरबाडून त्यानं पिंजरा तोडला तर पुन्हा हाती लागणार नाही. उजाडताच त्याला उडवायला हवा. छावा असेल, तर मात्र राहू द्या दोन दिवस. गावातली माणसं पाहतील तरी!"

"वाघाला आठ दिवस ठेवलं, तर त्याचं लोणचं नाही का व्हायचं?" गोपालय्या म्हणाले.

"या ब्राह्मणांना लोणच्याचीच काळजी!" देरण्णा म्हणाला.

घरी येताना जुन्या शिकारीच्याच गप्पा चालल्या होत्या. गोपालय्या आपले पूर्वीच्या वाघाच्या शिकारीचे अनुभव सांगत होते. त्यांनी मचाण बांधून, त्याखाली बोकड बांधून केलेल्या शिकारीची हकिकत सांगितली. एकदा पाठलाग करून शिकार करत असताना, जिवावर बेतलेल्या शिकारीची चित्तथरारक सुरस कथाही ऐकवली.

देरण्णानं त्या कथांवर मात करणारे स्वत:च्या शिकारीचे अनुभव सांगितले. त्याला वाघाच्या शिकारीपेक्षा रानरेडे आणि रानडुकरांच्या शिकारीत आस्था असल्याचं दिसत होतं. त्या शिकारीचं वर्णन ऐकताना मी चकित होऊन गेलो.

मी त्याला विचारलं, "वाघाच्या शिकारीपेक्षा रानडुकरांची शिकार कठीण असते का?"

"रानडुक्कर एकटं सापडलं, तरच त्याची शिकार करण्याचा प्रश्न! कळप असेल तर मात्र आपलं मरण ठरलेलं!"

"झाडांवर चढून बसलं तर?"

"तर ते खालीच उतरू देत नाही! रानरेडा मात्र कळपातही मारता येतो, उरलेले सगळे पळून जातात; पण रानडुकरांची शिकार मात्र अतिशय कठीण. तुम्ही शिकारीच्या हेतूनं जा किंवा तसेच जा. सरळ अंगावर येऊनच आदळतात ते! मानगौडाचे दात कसे पडले? मीही होतो त्या शिकारीच्या वेळी. एका धडकेतच त्याचे दात निखळले! तो खाली पडला – त्याला रानडुकरांनी चिरडलं नाही हेच आश्चर्य! अर्थात, त्या डुकरालाही भीती असतेच ना! ते पळून जायला लागलं. मी तिथंच होतो. घातली गोळी त्याला! एकाच गोळीत कोसळलं ते धूड. याला खरं धैर्य पाहिजे!"

"शिवाय त्यात फायदाही आहे, देरण्णा! नाही का?" गोपालय्यांनी विचारलं.

"फायदा कसला? काडतुसांचा आठ-दहा आण्यांचा खर्चच! अशा आठ-दहा काडतुसांनी एक डुक्कर मारायचं म्हणजे कसला आलाय फायदा?"

"मी काही खोटं सांगत नाही. तूच सांग, वाघाचं मांस खाता येतं का?"

गोपालय्यांनी विचारलं.

त्यांच्याकडे लक्ष न देता देरण्णानं मला विचारलं, ''तुम्ही काळा वाघ पाहिलात का? रानमांजरासारखा असतो! लहान चित्त्याएवढा असतो! दिवसासुद्धा कुठं लपून बसला, तर माणसाला दिसत नाही.''

मी थट्टेनं विचारलं, ''तुम्ही पांढरा कावळा पाहिलात?''

''थट्टा नाही! खरोखर काळा वाघ असतो!'' गोपालय्या म्हणाले, ''पण फारच दुर्मीळ हं! एकदा आमच्या देरण्णानं रात्री दिवा लावून एक काळा वाघ मारला होता. रात्रीच्या अंधारात तर त्याच्या डोळ्यांवरून त्याचा वेध घ्यावा लागतो. त्याच्या फार जवळही जाता येत नाही. चुकून जिवंत असेल, तर फाडून तुकडे करतो. दुसऱ्या दिवशी आम्ही शिकार केलेल्या जागी गेलो. त्या ठिकाणी तो पडला नव्हता! रक्ताच्या डागांच्या खुणांवरून त्याचा माग काढत गेलो, तेव्हा लांबवर तळ्याजवळ एका झुडपात मरून पडलेला आढळला. मला आश्चर्य वाटलं! काळाकुट्ट वाघ! कावळ्यापेक्षाही काळा! अगदी जवळ जाऊन पाहिलं, तर काळ्या रंगावर काळे ठिपकेही दिसले. त्यानंतर मात्र पुन्हा तसला वाघ दिसला नाही.''

मी म्हटलं, ''मी पुस्तकात ब्लॅक पँथरविषयी वाचलंय. मुंबईतल्या प्राणिसंग्रहालयातही पाहिलाय त्याला; पण ते आपल्या इथं नसतात. ब्रह्मदेशाच्या जवळपास असतात म्हणे! पण तुम्ही म्हणताय इथंही असतात!''

देरण्णाचा चेहरा खुलला. तो म्हणाला, ''ब्रह्मदेश वगैरे सगळं खोटं! आमच्या कुमारपर्वतावर सगळे प्राणी आहेत. अस्वल, सिंह आणि शार्दूलपण.''

''सिंह आणि शार्दूल?'' मी मुद्दामच विचारलं.

देरण्णा थोडा घुटमळला आणि म्हणाला, ''आहेत, आहेत! आता चांगले जातिवंत सिंह कुठंच नसतात. इथं आहेत त्यांनाच शार्दूल म्हणतात –''

''पण हा कुठला प्राणी? वाघाच्या जातीतलाच का?'' मी विचारलं.

''अं - मी नाही पाहिला - पण मलेकडीय लोकांनी पाहिलाय. त्यांनीच तर सांगितलं मला!''

त्याच्या बोलण्यावर मी विश्वास ठेवावा म्हणून देरण्णा आणखी थापा मारेल हे जाणून मी काहीच बोललो नाही.

पण गोपालय्या कसे गप्प बसतील? ते म्हणाले, ''देरण्णा, कुमारपर्वतावर उंटही आहेत म्हणे! शेषपर्वताच्या रस्त्यावर उंटांचे कळपच्या कळप फिरत असतात. ठाऊक आहे?''

''काहीही असेल तिथे! देवाचा डोंगर ना! कुमारदेवाला उंट, वाघ, अस्वल – सगळे प्राणी आवडतात. तो स्वतः काही वेळा शिकार करतो म्हणे! पण त्या प्राण्यांना शाप आहे. पर्वताच्या सीमा ओलांडून ते खाली येत नाहीत. समजा, आपण

तिथे जाऊन शिकार केली, तर आपण रक्त ओकून मरून जाऊ. चुकून ते प्राणी इथं आले तरच आपण त्यांना मारायचं...''

गोपालय्या म्हणाले, ''देरण्णा, आता तू तुझ्या घरी जा. तुझी सीमा ओलांडून इथं येऊ नकोस. आम्हीही ही सीमा ओलांडून घरी जातो. नाहीतर तांबूल ओकून मरावं लागेल!''

घरी येताना मी भरपूर हसलो.

गोपालय्यांनी हसत विचारलं, ''कसा आहे देरण्णाच्या तोंडाचा फटाका?''

बट्ट्या नम्रपणानं म्हणाला, ''तसं नव्हे धनी. देरण्णा गौडांनी सांगितलं ते काही खोटं नाही. तिथे कितीतरी प्रकारचे प्राणी आहेत. देवाचं घर ते! तिथे लांब लांब केसांचा काळिंग सर्पही आहे. एकट्याला त्या पर्वतावर जाता येणारच नाही. आम्ही कळक आणायला तिथे जातो; पण पायथ्याहून लगेच माघारी येतो. वर कोण चढतंय! आणि कुणी चढलं तरी तिथे शिकार करत नाही.''

''मलेकडीय? ती माणसंही शिकार करत नाहीत?''

''वाघाची शिकार करत नाहीत. जंगली मेंढा, ससे अशा प्राण्यांची शिकार करतात. अलीकडे तर त्यांच्यापैकीही कुणी नसतं तिथे.''

घर आलं. बट्ट्या आपल्या घरी गेला. गोपालय्या अंघोळीसाठी न्हाणीघराजवळ गेले. मी तिथेच पाटाच्या पाण्यात पावलं खेळवत त्यांच्याशी गप्पा मारू लागलो. ते चुलाण्यात मोठाली लाकडं सारत माझ्याशी बोलत होते. तिथे लक्ष जाताच मी म्हटलं, ''सरकारच्या कृपेनं आमच्या गावी अशी लाकडं जाळली तर महिन्याला तीस गाड्या लाकडं लागतील!''

''खरं आहे! तुमच्या गावी मढं जाळायचंही कष्टाचंच काम! आणि इथं? मरणं सोपं आणि जळणं त्याहूनही सुलभ! फक्त जगणंच थोडं कठीण आहे बघा!''

ते उठले आणि मला म्हणाले, ''हं! आज भरपूर तेल लावून न्हाऊन घ्या! उद्या संध्याकाळी अंघोळ करून छकडागाडीत बसलात की, सकाळी बळ्ळारी! तिथं बस मिळाली की दुपारपर्यंत पुत्तूर. त्यानंतर तुम्ही कुठं आणि आम्ही कुठं! त्यानंतर तुम्हाला तरी कशाला हव्यात या खेडवळ गोपालय्यांच्या गप्पा?''

मी हसत म्हटलं, ''तुम्हाला चार मुलं असती, तर तुम्ही या गावाचीच दिल्ली केली असती!''

''चार मुलं? आयुष्यात चौघांची गरज असते ती त्याच वेळी! आता माझ्यासाठी चौघांना शोधायचं आहे! एकतर हा नारायण भेटलाय! आता उरलेले तिघं केव्हा मिळतात कोण जाणे!''

''तुम्हाला जीवनाच्या अखेरची इतकी काळजी वाटते?'' मी विचारलं.

ते हसले. ''अहो, थट्टा केली मी! भरपूर जगलोय आतापर्यंत! साठ वर्षांहून

अधिक वय आहे माझं. एवढं मला पुरेसं आहे! देवाच्या मनात असेल तर आणखी चार वर्षं जगेनही! पण जगण्याची आशा नाही अन् मरणाची भीती नाही! त्याची नोटिस आली, तर आताही निघायला मी तयार आहे!''

"असंच असावं माणसानं! ज्यांना मरणाची भीती वाटत नाही, ते जगायलाही घाबरत नाहीत!'' मी म्हटलं.

"खरंय तुमचं!'' असं म्हणत ते माझ्याजवळ आले आणि त्यांनी माझ्या डोक्यावर भृंगामलक तेल ओतलंच!

यांचा मुलगा इथं असता तर त्याला किती प्रेम मिळालं असतं, असा विचार करत मी म्हटलं, "हं! काय हे! आता न्हायलाच पाहिजे!''

अंघोळ आणि जेवण होईतो झोपेची नशा चढू लागली. शंकरम्मा गोपालय्यांच्या महासभेत हजर होण्याआधीच मला झोप लागली होती. झोपेत कितीतरी स्वप्नं दिसली; पण पहाटे पहाटे मात्र दुःस्वप्नांनीच मला जाग आली! मी पिंजऱ्यात सापडलेल्या वाघाला बघायला गेलो होतो, त्या वेळी पिंजरा तोडून वाघानं माझ्यावर झेप घेतली. मी धडपडलो! आणि रानात सैरावैरा धावू लागलो. कुमारपर्वतावरील सगळ्या प्राण्यांनी मला घेरलं. माझी धडपड, तगमग थांबली ती नदीत बुडी मारल्यावरच! त्या पाण्याच्या थंडपणाला घाबरून सगळे प्राणी पलीकडच्या काठावर थांबले!

सुटकेचा निःश्वास सोडून मी जागा झालो, तेव्हा माझं मलाच हसू आलं. झोपेचा अंमल असताना माणूस किती मूर्ख बनतो नाही का!

सकाळी मी अंगणात उतरत होतो, त्याच वेळी बड्याची हाक ऐकू आली. शेजारच्या डोंगरावरूनच त्यानं ओरडून सांगितलं, "धनी– वाघ सापडलाय!''

गोपालय्यांनी लगबगीनं कमरेला पंचा कसला आणि बंदूक हातात घेतली, "चला पाहू! घाबरायचं काही कारण नाही!'' म्हणत ते निघाले. मी आणि बड्या त्यांच्या पाठोपाठ निघालो.

थोडं अंतर चालून जाताच खवळलेल्या वाघाच्या गर्जना ऐकू येऊ लागल्या. त्या ऐकताच गोपालय्या म्हणाले, "पहाटेच सापडलेला दिसतोय! तू पाहिलास बड्या?''

"आत्ता त्याचा आवाज ऐकला मी! भारी जनावर असणार बघा! काय आवाज आहे! तुमच्या गोठ्यातली जनावरं नाही का पाहिली? घाबरून गेलीत बिचारी!''

"बड्या, देरण्णाला बंदूक घेऊन यायला सांग.''

"पण पिंजऱ्यात सापडलेल्या वाघासाठी एवढं सगळं कशाला?'' मी माझी शंका विचारली.

"तुमचं म्हणणं खरं आहे! पण सावध असावं. तुम्ही आमच्या मागंच राहा.

जनावर पडल्याशिवाय जवळ जाऊ नये.''

देरण्णा येईपर्यंत आम्ही थांबलो. त्याच्याकडे बंदुकीची काडतुसं होती. बट्ट्याच्या हातातली बंदूक फारशी चांगली नव्हती. गोपालय्यांच्या हातातली डबल बारची बंदूक मात्र भारी होती. पूर्वी कधीकाळी ती शंभर रुपयांना घेतली होती म्हणे!

आमचा निघण्याचा गोंधळ ऐकून शंकरम्मा अंगणात आल्या आणि म्हणाल्या, ''जपून! लांबूनच गोळी घाला!''

''बरं!'' गोपालय्या म्हणाले.

आम्ही पिंजऱ्यापासून सुमारे शंभर हातांवर पोहोचलो. वाघाच्या डरकाळ्या जिवाचा थरकाप उडवत होत्या. पिंजऱ्यावरच्या झुडपामुळे आधी वाघ दिसलाच नाही! संतापलेला वाघ पिंजऱ्याच्या दरवाजापाशी झगडत असल्याचा आवाज तेवढा ऐकू येत होता.

''वाघाला पिंजऱ्यात हालचाल करायला थोडी जरी जागा असती, तरी पिंजऱ्याची धडगत नव्हती!'' बट्ट्या म्हणाला.

ते तिघे दबकत पुढे पावलं ठेवत होते. मी मात्र तिथेच उभा होतो. ते तिघेही फारसे जवळ गेले नाहीत.

वाघाच्या झटापटीनं पिंजऱ्यावर रचलेला पालापाचोळा हलवून टाकला होता. त्या पिंजऱ्यात कसाबसा मावण्याएवढा तो वाघ मोठा होता. लांबून त्याच्या अंगावरचे लालसर ठिपके आणि कानठळ्या बसवणारा आवाज सोडता काहीच व्यवस्थित दिसत नव्हतं.

एकाच वेळी तिन्ही बंदुका 'ढम्' 'ढम्' करत उडाल्या. त्या आवाजाबरोबरच वाघाची डरकाळीही जिवाचा थरकाप उडवून गेली! वाघ पडला. गोपालय्यांनी 'आता चला' अशी खूण केली.

माझे पाय मात्र थरथर कापत होते!

ते सावकाश पुढे गेले. हातातल्या बंदुकीत पुन्हा काडतुसं भरली. पिंजऱ्यापासून सुमारे दहा हातांवर ते उभे राहिले. आणखी काही क्षण गेल्यावर मीही काही पावलं पुढे सरकलो.

वाघ उताणा पडला होता. त्याचं पांढुरकं पोट दिसत होतं.

''वाघाचा अवतार संपलेला दिसतो!'' बट्ट्या म्हणाला.

''मी डोक्यावर मारलेल्या काडतुसानंच तो मेला असेल!'' देरण्णा म्हणाला.

''आधीच निर्णय देऊ नकोस!'' गोपालय्या म्हणाले.

देरण्णानं लगोलग त्याची बंदूक बनवणाऱ्या रंगप्पाविषयी अर्धा घटका भाषणच दिलं!

वाघाची हालचाल थांबल्याची खात्री होताच, बट्ट्यानं त्याच्या तोंडात काठी खुपसून पाहिली. त्याचं शेपूट काठीनं पिंजऱ्याबाहेर काढून थोडं ओढून पाहिलं.

सर्वानुमते 'वाघ मेला' असं ठरल्यावर पिंजऱ्याचा दरवाजा काढण्याचा कार्यक्रम झाला!

त्याआधी मी पिंजऱ्याबाहेर आलेल्या वाघाच्या शेपटीला हात लावला. धैर्य करून शेपटी घट्ट धरली! मला तर जिवंत वाघाची शेपटी धरल्यासारखंच वाटत होतं!

सगळ्यांनी पिंजऱ्याचा दरवाजा उघडून वाघाला बाहेर काढलं. कुत्र्यांचे तर तुकडे तुकडे झाले होते!

वाघाला पिंजऱ्याबाहेर काढल्यावर मी ओरडलो, ''हं! सावधान! लांब राहा!'' गोपालय्या हसले. माझ्या पोरकटपणाचं मलाच हसू आलं.

तोच वाघाचं निरीक्षण करण्यात गुंतलेला बट्ट्या म्हणाला, ''हं, हे पाहा! एकच गोळी छातीच्या आरपार गेलीय!''

''पण तीन गोळ्यांच्या खुणा तर असतील ना!'' देरण्णा म्हणाला.

गोपालय्या हसत म्हणाले, ''पिंजऱ्याच्या दरवाजावर असतील! जाऊ दे देरण्णा, हवं तर तुझ्याच गोळीनं वाघ मेला असं म्हणू या! मग तर झालं? नाही तर असं कर, तुझ्या बंदुकीत आणखी एक गोळी आहे ना! तीच उडव आता! म्हणजे तुझ्या कपाळी हा एक मानाचा टिळा लागेल!''

मी त्या मृत वाघाला हात लावला. क्षणभर वाईट वाटलं. इतकं उमदं जनावर; पण काय गत झालीय, असंही वाटलं! अखेर त्याच्या मिशा उपटण्यासाठी मी पुढे सरसावलो. मन थोडं कचरलंच! किती केलं तरी मोठा जीव तो!

आम्ही मागे सरलो. गोपालय्या म्हणाले, ''हातात बंदूक असू द्या हं! आजूबाजूला लक्ष असू द्या! कदाचित वाघाचा जोडीदार जवळपास असेल! सावध राहा! आपण वाघाचं कलेवर दुपारी घेऊन जाऊ!''

वाघाच्या जोडीदाराची आठवण काढताच मला वाटू लागलं, का बरं आलो मी यांच्याबरोबर!

एकूण काय, घरी येईपर्यंत माझा जीव माझ्या मुठीत होता आणि त्या प्रसंगाची आठवण म्हणून उपटून घेतलेल्या वाघाच्या मिशा मात्र रस्त्यातच पडून गेल्या होत्या!

घरी येताना बट्ट्या आणि देरण्णाही आमच्याबरोबरच होते. रस्ताभर वाघाच्याच गप्पा चालल्या होत्या.

घरी आल्यावर गोपालय्यांनी बट्ट्याला विचारलं, ''किती पावलं लांबीचा असेल तो वाघ?''

कुणी बारा म्हणालं, तर कुणी पंधरा. अखेर देरण्णा म्हणाला, ''कातडं तालुक्याला घेऊन जाऊ या. उद्या तुम्ही जाणारच आहात. पंचवीस रुपये तर नक्की मिळतील!''

"तालुक्याला कशाला न्यायचं? बङ्ग्या, उद्यापर्यंत कातड्याला मीठ लावायची व्यवस्था कर. ते पुत्तूरमध्येच वाळेल! कधी नव्हे ते पाहुणे आलेत आपल्याकडे! त्यांनाच द्यायचं हे कातडं!"

मी संकोचून म्हणालो, "मला? नको, नको!"

गोपालय्या माझ्याकडे पाहत मिश्कीलपणे म्हणाले, "घाबरू नका! मेलेला वाघ कुणाला खात नाही!"

जर मीच या वाघाची शिकार केली असती, तर पुत्तूरमध्ये मी किती मिरवलं असतं?

दुपारभर वाघाच्याच गप्पा सुरू होत्या. शंकरम्मांच्या मनात मात्र एक पाल चुकचुकत होती, "त्या वाघाचा जोडीदार याच भागात दहा दिवस भटकत असतो; रानात फिरणं धोक्याचं असतं. बङ्ग्या, नारायण, केंचण्णा सगळ्यांना जपून राहायला सांगा!" त्या म्हणाल्या.

"आता तूच बंदूक घेऊन अंगणात बैस!" गोपालय्या म्हणाले.

"कशाला? कावळे मारायला?"

"नेम धरून कावळे मारलेस तरी हरकत नाही! जाऊ दे, आता लवकर अंघोळ करून तुझ्या कायिहुळीवर ताव मारायला पाहिजे. तेवढा तर तूही मारशील की नाही?"

"तुम्ही काही वाटून घेऊ नका हो! मीही आहेच की तुमच्या जोडीला!" मी शंकरम्मांची समजूत घालण्यासाठी म्हटलं.

दुपारी कायिहुळी, ताक-भात असं मस्त जेवण झालं. गोपालय्यांकडे लक्ष जाताच मला वाघाची आठवण येत होती. यानंतर वाघाची आठवण येताच, या कायिहुळीची आठवणही येत राहील असं मला वाटलं.

जेवण संपवून विड्याची पानं खायला बसलो होतो. गोपालय्यांनी नारायणला निरोप पाठवला होता. अजून छकडागाडी जुंपण्याची व्यवस्था व्हायची होती. गाडी जुंपायच्या जागेपर्यंत सुपारी आणि भाताची पोती न्यायची होती; त्याचीही व्यवस्था करायची होती. देरण्णाचं भातही न्यायचं होतं. या व्यवस्थेत गुंतल्यामुळे देरण्णा दुपारच्या गप्पांत नव्हता.

गप्पांच्या ओघात मी गोपालय्यांना म्हटलं, "तुमच्या मुलाचा फोटो आहे ना घरात? मला दाखवता का? कुठे पाहिलं, तर तुमचा निरोप त्याला सांगेन आणि नाहीच भेटला तर निदान तुमचा मुलगा कसा होता ते तर मला समजेल!"

गोपालय्या हसत म्हणाले, "जे सत्यात दिसत नाही, ते छायेत शोधायचं!"

त्यांनी माझ्या हातात एक ग्रुप फोटो दिला आणि म्हणाले, "तुम्हीच शोधा पाहू यात शंभू कुठं आहे? हा त्याचा एफ.वाय.च्या वर्षाअखेरचा फोटो!"

त्या फोटोतील उजळ आणि उंच असलेल्या प्रत्येक तरुणाकडे बोट दाखवून 'हा?' 'हा?' असं विचारत आम्ही दोघं हसत होतो. अखेर फोटोतील एका तरुणाकडे बोट दाखवून त्यांनी सांगितलं, 'हेच आमचे सुपुत्र!"

मी दचकलो!

त्यांनी दाखवलेल्या फोटोतल्या व्यक्तीकडे पुन:पुन्हा लक्ष देऊन पाहताना मी रोमांचित झालो.

"हा?" मी आश्चर्यानं विचारलं.

"हं! तोच! आता फोटोतच पाहायचं त्याला! हा फोटो समोर असला की शंकरी रडत बसते; म्हणून मी तो लपवून ठेवलाय! फोटोचा काय उपयोग?"

"कधीतरी तो नक्कीच घरी येईल. निदान एकदा तरी! त्याशिवाय राहणार नाही तो!"

"एकदा आला तरी पुरे! माझ्यासाठी नव्हे; पण ती त्याची जन्मदात्री आहे ना... तिच्यासाठी तरी त्यानं यायला हवं एकदा!"

मी आणखी एकदा तो फोटो नीट लक्ष देऊन पाहिला. खरोखर त्यानं एकदा तरी इथं येणं आवश्यक होतं!

तो चेहरा पाहिल्याची आठवण दृढ होऊ लागली. एवढंच नव्हे, तर पुण्यात भेटलेली व्यक्ती ती हीच, याविषयीही माझ्या मनात संदेह राहिला नाही.

"तुमच्या गावाचं नाव काय?"

"नाही सांगितलं? केळबैलू." ते म्हणाले.

"नाव शंभू नाही का?"

"हो, केळबैलूचा शंभू भट्ट हे त्याचं शाळेतलं नाव!"

"म्हणजे!"

"काय?"

"मला भेटलेले शर्म... के. एस. शर्म ते हेच! पुण्यात मी त्यांचं आदरातिथ्य अनुभवलंय ते काही साधंसुधं नव्हतं! त्यांनी मला खोटंच उत्तर कन्नड जिल्ह्यातले म्हणून सांगितलं असावं."

"कोण? पुण्याला एक जोडपं भेटलं होतं म्हणून सांगितलंत... तो?"

संध्याकाळपर्यंत गोपालय्या काहीच बोलले नाहीत. मीही बोललो नाही. नंतर मी शंभर वेळा तो फोटो पुन:पुन्हा पाहिला. प्रत्येक वेळी गोपालय्या माझ्याकडे पाहत होते.

संध्याकाळी माझ्याशी बोलताना ते म्हणाले, "एवढ्यात शंकरीला सगळं

सांगायला नको. तुम्ही माझ्यासाठी म्हणून पुण्याला जा. त्याला भेटा. काहीही करून त्याला इथं यायला भाग पाडा. तो इथं का येत नाही त्याचं कारण मी समजलो. हं, त्याचा ऋणानुबंध तिथंच असेल; आमचा इथं आहे! तुम्ही त्याच्याशी बोलून त्याला इथं यायला भाग पाडा. एकदा तो आपल्या आईला भेटू दे! बस्स. तिचीही काही फार अपेक्षा नाही! तिला सगळी हकिकत सांगितली. रडली बिचारी! कुणाच्या नशिबात काय आहे कोण जाणे! हे असं म्हणणंच भाग आहे! किती केलं तरी आम्ही त्याचे आई-वडील आहोत की नाही! एकदा येऊन भेटू द्या. इतर सगळं घेऊन काय करायचं? कसंही करून तुम्ही एवढं घडवून आणा! तुम्हालाच देव मानेन मी! देवानंच तुम्हाला इथं पाठवलं...''

त्यांना पुढे बोलवेना. दरवाजामागे शंकरम्माही अश्रू ढाळत उभ्या होत्या.

मला एकीकडे धीर आला आणि दु:खही झालं. मी शंकरम्मांना म्हणालो, ''अम्मा, तो निश्चित घरी येईल. ते काम आता माझ्याकडे लागलं. तुमच्याविषयी त्याला सांगितलं तर तो आल्याशिवाय राहणार नाही.''

''तुम्ही सांगा त्याला! एका शब्दानंही आम्ही दुखावणार नाही त्याला! आमच्या दु:खामुळे त्याचं सुख नासलं तर आम्हाला तरी बरं वाटेल का?''

रात्रीचं जेवण झालं. निघायची तयारी झाली. निघताना शंकरम्मा पुन्हा एकदा माझ्याशी बोलून मला आठवण करून गेल्या.

नारायणनं निघण्याची वेळ झाल्याचं सांगताच आम्ही दोघं निघालो.

अगदी निघताना गोपालय्या नारायणला म्हणाले, ''जाऊन येतो मी. घराकडे लक्ष असू दे बरं! आणि मला यायला दहा-बारा दिवस उशीर झाला, तरी काळजी करू नका. पत्र लिहीन.''

म्हणजे गोपालय्यांचा पुण्याला जाऊन येण्याचा विचार पक्का झाला होता तर!

◆